२६ वर्षांनंतर

दिलीपराज प्रकाशन प्रा.लि. TM

२५१ क, शनिवार पेठ, पुणे - ४११०३०.

दिलीपराज प्रकाशनाची सर्व पुस्तके आता आपण Online खरेदी करू शकता.

आमच्या Website ला कृपया एकदा अवश्य भेट द्या. अथवा Email करा.

Email - diliprajprakashan@yahoo.in

www.diliprajprakashan.in

२६ वर्षांनंतर

गिरिजा कीर

दिलीपराज प्रकाशन प्रा. लि.™
२५१ क, शनिवार पेठ, पुणे - ४११०३०

२६ वर्षांनंतर

26 Varshanantar - Marathi Novel

लेखिका : गिरिजा कीर

ISBN : 978 - 93 - 5117 - 006 - 8

प्रकाशक । राजीव दत्तात्रय बर्वे । मॅनेजिंग डायरेक्टर ।
दिलीपराज प्रकाशन प्रा. लि. । २५१ क, शनिवार पेठ । पुणे ४११०३०.
दूरध्वनी क्रमांक (फॅक्ससहित)
२४४७१७२३। २४४८३९९५ । २४४९५३१४

५ झपूर्झा । साहित्य सहवास । वांद्रे (पूर्व) । मुंबई ४०००५१
संपर्क - ०२२-२६५९०८८२

मुद्रक
Repro India Limited, Mumbai.

प्रथमावृत्ती । २८ जून २०१४ (महाकवी कालिदास दिन)

प्रकाशन क्रमांक । २१६६

अक्षरजुळणी । सौ. मधुमिता राजीव बर्वे
पितृछाया मुद्रणालय । ९०९, रविवार पेठ । पुणे ४११००२.

मुद्रित शोधन । एस. एम. जोशी

मुखपृष्ठ । अनिल उपळेकर

मूलाधाराकडून सहस्त्राराकडे

वयाच्या अमृतमहोत्सवी वाटचालीनंतर बहुतेक लेखक-कवींचा लिहिण्याचा उत्साह क्षीण होत जातो. काही तरी नवे बघण्याचा, रसिकांना देण्याचा विचार मनात असला तरी प्रत्यक्षात हातून काही उतरत नाही. वयाचा परिणाम शरीर-मनावर होतोच.

पण या सर्वसामान्य अनुभवाला अपवादही आढळतात.

गिरिजा कीर या अशा अपवादात्मक लेखिका आहेत, असे म्हणायला हरकत नाही. कारण त्यांची नवी कादंबरी वय वर्षे ऐंशी उलटल्यावर आली आहे. समाजवास्तवाच्या प्रखर जाणिवेबरोबरच आता त्या आध्यात्मिक पातळीवरच्या अनिर्वचनीय अनुभवांना कवेत घेण्यात रमलेल्या दिसतात. चातुर्मासात हृषीकेशला अलकनंदाच्या परिसरात भ्रमंती करीत असताना एका संत-सज्जन व्यक्तिमत्त्वाच्या, अनोख्या साधकाच्या सहजदर्शनाने त्या भारावून जातात. त्याच्याशी संवाद साधण्याची ऊर्मी त्यांच्या अंतरात उसळी घेते. तिसऱ्या दिवशी त्या त्याच्याशी बोलण्याची संधी घेतात. "मी एक लेखिका आहे. मला तुमच्याबद्दल कुतूहल आहे. काही प्रश्न मी विचारू इच्छिते." असे त्या सत्त्वशील साधकाला— दादामहाराजांना त्या सांगतात. "आपण ध्यानधारणा किती तास करता? आपली आहार-विहाराबाबतची पथ्ये काय असतात? अलकनंदेला येऊन आपण नक्की काय मिळवले? आपला एखादा अलौकिक अनुभव काय?" दादा महाराज त्या प्रश्नांची उत्तरे देतात.

लेखिका त्यांच्या घरादाराबद्दल, कुटुंबाबद्दल चौकशी करते.

नित्रूड गाव - आजी - कारभारी व्यंकोजी पाटील यांचा वाडा...

बाभळगाव - आई-वडील, लाटे पाटील, पोलीस पाटील वाडा...

असे मोजके लिहून लेखिकेला एक चिटोरे दादामहाराज देतात.

लेखिका त्या दोन्ही ठिकाणी जाते. दादा महाराजांच्या आई-वडिलांना, आजीला, परिवारातल्या लोकांना, गावकऱ्यांना भेटून त्यांचे पूर्ववृत्त जाणून घेते.

इंजिनिअर म्हणून काही काळ नोकरी करून दादामहाराज वैराग्याकडे वळतात. तिथे त्यांना एक स्वामी भेटतात. सज्जनगड, जरंडेश्वर (सातारा) येथे साधना करतात. हनुमंताचा त्यांना साक्षात्कार होतो.

लेखिका त्यांना शोधत राहते, परंतु त्यांची भेट होत नाही. दादामहाराज हिमालयात भ्रमंती-साधना करीत आहेत, असे कळते. ती भेट होते— नंतर, तब्बल २६ वर्षांनी.

दादामहाराजांची लेखिकेशी बेळगावला अचानक गाठ पडते. लेखिकेला तिथे एक पुरस्कार मिळणार असतो. तो दादामहाराजांच्या हस्ते मिळतो. ते पुरस्कार देताना म्हणतात, "आज तब्बल २६ वर्षांनी आपली गाठ पडतेय, नाही?"

त्या २६ वर्षांतल्या त्यांच्या साधनेविषयी लेखिका त्यांना प्रश्न विचारते. भारतातील तीर्थक्षेत्रे, हिमालयातील वास्तव्य, दासबोधाचे पारायण, योगवासिष्ठ्य हिमालयातील सिद्धपुरुष-साधक, तहान-भुकेवर नियंत्रण, उत्तर काशीतले वास्तव्य, नर्मदा परिक्रमा, शंकराचार्यांचे तत्त्वज्ञान, वगैरे प्रसंगांद्वारे दादामहाराजांच्या आध्यात्मिक प्रगतीचे तपशील मिळतात. काही अनुभव फारच विलक्षण आहेत.

...एका आध्यात्मिक क्षेत्रातील व्यक्तीच्या वाटचालीची एक अद्‌भुत कहाणी म्हणून ही कादंबरी लक्षवेधक ठरेल.

खरे सांगायचे तर, आपण अध्यात्म वगैरे भानगडीत पडणाऱ्यांपैकी नव्हे, असे लेखिका मानते. सामाजिक, भावनिक, कौटुंबिक नात्यांतील ताण-तणावांचे, संघर्ष-संवादांचे नानाविध रंग टिपण्यात, सृष्टीची भिन्न-विभिन्न रूपे न्याहाळण्यात तिला रस. शंभर पुस्तके प्रसिद्ध झाली. पण साधू, महाराज, बैरागी हे विषय तिने कटाक्षाने टाळलेले. चमत्कारांवर विश्वास न ठेवणारी ही लेखिका पन्नाशीच्या टप्प्यावर असताना हिमालयात भ्रमंतीला जाते. तिला एका प्रवचनकाराचा सत्संग घडतो. हे प्रवचनकार वेगळे वाटतात. पण त्या भेटीत त्यांचा संवाद होत नाही. जीवनाचा— सत्याचा शोध घेत निघालेल्या, घरादाराचा त्याग करून आत्मशोधाच्या

मार्गाने साधना करणाऱ्या त्या प्रवचनकाराच्या व्यक्तिमत्त्वाचे, जीवनाचे विविध पैलू समजावून घ्यावेत, त्यांवर लिहावे— असे तिला पुढच्या भेटीत मनापासून वाटले. सुखवस्तू खानदानी पाटलाच्या घराण्यातील हा राजबिंडा तरुण इंजिनिअरिंगच्या क्षेत्रात ऐहिक सुखसमृद्धीत चूर असलेला. एके दिवशी स्वेच्छानिवृत्ती घेऊन, हिमालयाच्या गिरिकंदरात साधना करायला तो का निघून गेला याची जिज्ञासा प्रत्यक्ष प्रश्नोत्तरांच्या माध्यमातून थोडी-फार तिने चाळवून बघितली. त्यांच्या बाल्याची आणि पूर्वजीवनाची माहिती त्यांच्या मूळ गावाला व कुटुंबीयांना प्रत्यक्ष भेटून मिळविली. शोध-पत्रकारितेच्या सभ्य-शिष्टसंमत चाकोरीतून शक्य तेवढी जमवाजमव केली. पण त्यानंतर त्या सर्व सामग्रीतून चरित्रात्मक कादंबरी उभी करण्याची निकड काहीशी सैलावली. दादामहाराजांच्या पुनश्च भेटीचा योग यायला २६ वर्षांचा दीर्घ काळ लागला. त्यानंतरही मधल्या काळाचा आणि अध्यात्मविषयक साधनेचा सांधा जुळवणे अवघड गेले नाही. गिरिजा कीर यांच्या कलात्मक आत्मशोधाचे एक समांतर रूप सिद्ध झाले.

भारतीय माणसाला अध्यात्माचे आकर्षण हे त्याच्या गुणसूत्रांद्वारेच मिळत असावे. मनुष्य म्हणून आपल्याला जन्म लाभला, या गोष्टीमुळे त्याच्या जीवनप्रवासाची एक निश्चित दिशा त्याला जन्मत:च मिळालेली असते. आपणास मुंगी म्हणून जन्म मिळाला नाही, कीटक म्हणून जन्म मिळाला नाही... देवमासा, हत्ती, जिराफ, वाघ, सिंह म्हणून मिळाला नाही; मनुष्य म्हणून जन्म मिळाला. आपल्याला हे एक शरीर मिळाले. या मर्त्य शरीरात आपला आत्मा असतो. हा आत्मा म्हणजे परमात्म्याचा एक अंश असतो. आत्मा अविनाशी असतो. शरीराला जन्म, वाढ, वार्धक्य, मृत्यू या अवस्था असतात. शरीराबरोबरच माणसाला विशिष्ट आकार, कार्यशक्ती, मन, बुद्धी, क्षमता प्राप्त झालेली असते. त्या मनाचा, बुद्धीचा, कार्यशक्तीचा वापर करून आपण कर्म करीत असतो. त्या कर्माच्या स्वरूपाप्रमाणे त्याचे फळ मिळत असते. त्या कर्माच्या बऱ्या-वाईट फळाचा काटेकोर हिशेब ठेवणारी कुठली तरी अदृश्य पण अत्यंत कार्यक्षम यंत्रणा असते. प्रत्येक मानवी जीवनाचे विशिष्ट नियत कार्य असते. ते पार पाडण्यासाठी एक जन्म पुरा पडतोच, असे नाही. म्हणून पुनर्जन्माची कल्पना ही कर्मसिद्धांताशी निगडित असते. आपल्या शरीरात सप्तधातूंबरोबर काही शक्तिकेंद्रे वा चक्रेही असतात, असे आपण मानतो. नराचा नारायण होणे म्हणजे जीवनाचे सार्थक होणे, कर्मबंधनातून मुक्त होणे, सूक्ष्म रूपात सृष्टीत वास्तव्य करून आवश्यक तेव्हा अवतार घेऊन मानवजातीचे कल्याण साधणे— हे आपल्या अबोध

मनाच्या तबकडीवर कायमचे कोरले गेलेले आहे. आपल्याला अशा अवतारस्वरूपातील काही व्यक्ती अधून-मधून भेटतात. त्या आपल्या व्यक्तिमत्त्वावर प्रभाव टाकतात.

गिरिजा कीर आपल्या या पुस्तकात अशा एका व्यक्तीची भेट घडवून आणतात. ज्ञानेश्वर, समर्थ रामदास, रामकृष्ण परमहंस, रमण महर्षी, ओशो, कबीर, गुरु नानक अशा काही नावांचा या संदर्भात उल्लेख करता येईल. अशा व्यक्तींच्या आत्मविकासाचा, साधनेचा एक क्रम दिसतो.

या पुस्तकातील दादामहाराज हे अवतारी अवस्थेच्या अलीकडेच कुठे तरी आज्ञाचक्राच्या टप्प्यावर रेंगाळताहेत; अजून अवतार म्हणून ते सिद्ध झालेले नाहीत.

आपल्याला अशा आध्यात्मिक मार्गक्रमणेचा मार्ग मात्र त्यांच्या जगण्यातून दिसून येतो.

त्यासाठी आपल्या शरीरातील मूलाधार चक्र, स्वाधिष्ठान चक्र, मणिपूर चक्र, अनाहत चक्र, विशुद्ध चक्र, आज्ञाचक्र आणि सहस्त्रार चक्र यांना कार्यप्रवण करावे लागते. सहस्त्रार चक्रापर्यंत पोचले की हा आध्यात्मिक प्रवास परिपूर्ण होतो. मग आता 'उरलो उपकारापुरता' असे तुकाराममहाराजांप्रमाणे तो ठाम विधान करू लागतो.

ही कल्पना, प्रक्रिया पिरामिड स्पिरिच्युअल अकादमीच्या ब्रह्मर्षी पत्रीजी यांनी उलगडून दाखवली आहे.

'चक्र' हा शब्द वापरताना रहाटगाडग्यासारखे गोल-गोल फिरणारे चाक — अशी प्रतिमा डोळ्यांपुढे आणू नका.

मूलाधार चक्र हे शरीराच्या सर्व क्रियांचे मूल केंद्र आहे. आहार, निद्रा, हालचाल, पळणे, चालणे, खेळणे, व्यायाम करणे— असे कुठलेही काम करायला समर्थ शरीर लागते. शरीर निकोप, निरोगी असले तर आपल्या कुठल्याही कृतीचा सफाईदारपणा उंचावतो.

शरीर काम करायला तयार असते; पण त्याला काम करायला प्रवृत्त करणे, त्याच्याकडून विशिष्ट क्रिया-कृती घडवून आणणे यासाठी मनाचा आदेश लागतो. शरीराकडून घडणाऱ्या सर्व क्रिया मूलाधार चक्राखाली येतात; तर मानसिक स्तरावरच्या सर्व क्रिया स्वाधिष्ठान चक्राखाली येतात.

आपण विशिष्ट कार्यक्षेत्र वा कार्य निवडून ते परिपूर्ण व्हावे यासाठी शारीरिक मानसिक पातळीवर कटिबद्ध झालो तरी त्या दृष्टीने कार्यपद्धती सिद्ध करावी लागते. हे काम मणिपूर चक्र म्हणजे बुद्धी करते.

शरीर, मन आणि बुद्धी यांच्या समन्वयाचे आपण कार्यसाधना करू शकतो. परंतु त्याच वेळी आपल्याला त्या कार्यसाधनेच्या एकूणच उद्दिष्टाबद्दल संभ्रम जाणवू लागतो. जगात जगण्यातून विविध अनुभव घेताना आपण अंतर्मुख होतो. पुन्हा जीवनाकडे, दुनियादारीकडून दीनदारीकडे वळतो.

दुनियादारीकडून दीनदारीकडे वळल्यावर तुम्ही मौनात जाता. अनाहत चक्रामध्ये नूतन कर्म करणे बंद करता. आपण चिंतन करू लागतो, गुरु बनतो.

विशुद्ध चक्रात गेल्यावर आपले शुद्धीकरण होते. अशुभ, अनुचित, वागणे-बोलणे थांबवतो. पहिल्या तीन चक्रांच्या काळात जे-जे गैर घडले असेल, त्याचे पूर्ण शुद्धीकरण होते.

त्यानंतरचा टप्पा आज्ञा चक्राचा. आध्यात्मिक अनुभवाचा, पूर्वजन्मांच्या स्मृतींचा. जोपर्यंत आध्यात्मिक शिक्षण पूर्ण होत नाही तोपर्यंत आपले जाणे-येणे चालू राहते. पुनरपि जननम्, पुनरपि मरणम्! जेव्हा आपला अभ्यास पूर्ण होतो, जेव्हा सर्व चक्रे कार्यान्वित होतात; तेव्हा यायची गरज उरत नाही. पण शिक्षण पूर्ण झाल्यावरसुद्धा जे या पृथ्वीवर परत येतात त्यांना अवतार म्हणतात. लोककल्याणासाठी ते परत जन्म घेतात. ब्रह्मर्षी पत्रीजी हे स्पष्ट करतात.

असा पूर्ण आध्यात्मिक विकास म्हणजे सहस्र पाकळ्या फुललेले कमळ. सहस्र पाकळ्या म्हणजे सहस्र कार्ये. 'अवतार' अवस्थेला पोचल्यावर त्या व्यक्तीने आपल्या ज्ञानाचा जास्तीत जास्त प्रसार करायला हवा. नवनवी शिष्यांची मांदियाळी वर्धिष्णू करीत राहिले पाहिजे. मूलाधार ते सहस्रार हा विकास क्रम म्हणजे नराचा नारायण होण्याचा भारतीय पारंपरिक आध्यात्मिक जीवनमार्ग.

'२६ वर्षांनंतर' या पुस्तकात गिरिजा कीर यांनी दादामहाराजांच्या आयुष्यातील वाटचालीचा मागोवा घेतला आहे. दादामहाराजांचे शालेय मित्र, आप्त-स्वकीय, गावकरी, परिचित लोक... इंजिनिअर म्हणून काम करतानाचे दिवस, हिमालयाचे आकर्षण हे सर्व मुलाखती, आठवणी यांच्याद्वारे नोंदवले आहे– जरंडेश्वरावरील ४० दिवसांच्या मौनव्रताने. मूलाधार-स्वाधिष्ठान-मणिपूर या तीन चक्रांमधील व्यवहार थांबवून अनाहत चक्राच्या प्रदेशात प्रवेश करून शुद्धीकरण आणि आज्ञाचक्रातील आध्यात्मिक अनुभूतींचा धावता परिचय दादामहाराजांच्याच मुलाखतीतून करून घेतला आहे. पूर्वजन्माचाही थोडा फार संकेत दिला आहे. पुढच्या टप्प्यातला घटनाक्रम जाणून घेण्यासाठी कदाचित् आणखी २६ वर्षांची प्रतीक्षा करावी लागेल.

'२६ वर्षांनंतर' या कादंबरीद्वारे गिरिजा कीर यांनी आजवर जाणीवपूर्वक दूर ठेवलेल्या प्रदेशात पाऊल ठेवलेले आहे. ते त्यांना तसेच अभिप्रेत असेल, असेही नाही. परंतु मला वाटते की दादामहाराजांनीच त्यांना त्या दृष्टीने प्रेरणा दिली असावी. मराठीत बऱ्याच संत-महात्म्यांची, सिद्ध पुरुषांची चरित्रे, आत्मकथने, आठवणींचे संग्रह प्रकाशित झालेले आहेत. आजही अनेक सिद्ध पुरुष आपल्या साधनेने अनेकांना प्रभावित करीत आहेत. त्यांच्या अनुभूतींमधील सारखेपणा थक्क करणारा आढळतो. त्यांचे मार्गदर्शन, संकेतसूचन अनेकांना मनोबळ देते, आधार देते.

शंकर सारडा

ई-१०, पाटील रिजन्सी,

१५, एरंडवणे, पुणे ४

फोन- ९८२३३२६१०२३

९

मी स्वत:चा विचार करते तेव्हा वाटतं, मी भटक्या-विमुक्त जमातीतली असावी. न कळत्या वयात दादांचं बोट धरून प्रवास केला. आठवतो ना तो प्रवास! भन्नाट वारं, धो-धो पाऊस, विजांचा डोळे दिपवणारा लखलखाट आणि दाट दाट अंधार.

पुढं कळायला लागल्यावर तो अंधारच सोबतीला आला. किती वर्षं? जाणिवेची कितीतरी वर्षं त्या अंधारानं गिळंकृत केली. त्यातून केव्हातरी जागले. म्हटलं, हे बरोबर नाही. यातून बाहेर पडलं पाहिजे.

मग भिंगरीसारखी भिरभिरत राहिले. आज हा गाव, उद्या तो. कथाकथन, व्याख्यानं, शिबिरं, चर्चासत्रं. विचाराला मुळी उसंतच ठेवली नाही. शब्द, शब्द, शब्द! टाळ्या, गर्दी, जिंकणं. मुळी कौतुकाच्या झुल्यावरच झुलत होते.

मग पुन्हा वाटून गेलं, तू एका वेगळ्या अर्थानं अंधाराच्या गुहेतच शिरतेयस. यशाची झिंग आलीय तुला. कधी डोळे भरून आसपासचं जग पाहिलंस? हिरव्याकंच झाडांना हाकारलंस? नदीच्या नादमधुर स्वरात स्वर मिसळलास? समुद्राची गाज ऐकून जीवनाचा अर्थ शोधलास? पर्वतांच्या रांगा बघताना स्वत:चं थिटेपण अजमावलंस? आकाशाची निळाई डोळ्यांत साठवताना कवितेचा चरण गुणगुणत राहिलीस? चादंणं ओंजळीत पकडलंस? चंद्राला बघून कधी स्वत:ला हरवून बसलीयस आणि हे काहीच अनुभवलं नसशील, तर मग जगलीस ते काय?

गाढ झोपेतून उठावं तशी मी खडबडून जागी झाले. भटकत राहिले. निसर्गातलं सुंदरपण टिपत गेले. वेडी वेडी झाले. हे जग इतकं

सुंदर आहे तर! मग आजवर कशी दूर राहिले या सगळ्यांपासून? विचार दहा दिशांनी धावत होते. एवढं सगळं होऊनही वाटेना की, मन श्रीमंत झालंय. काहीतरी उणेपण जाणवत होतं. मी रस्ते पाहिले, आमराईतून भटकले, वेळूच्या बनांतून बासरीचे सूर ऐकले अन् तासन् तास चांदण्यांची नक्षी डोळ्यांत साठवली. तरी-तरीही मन तृप्त नव्हतं. मन नावाच्या या खट्याळ अस्तित्वाला नेमकं हवं तरी काय?

आणि माझं मलाच जाणवलं, 'माणूस' नावाचं एक सुंदर पुस्तक वाचायचं राहूनच गेलंय. कसं शोधायचं माणसाचं अंतरंग? तिथली सुख-दुःखं? जाणिवा-नेणिवा? हवेपण - नकोपण? इच्छा-आकांक्षा? भव्यपण, उदात्तपण? कोण सांगेल? कोण उत्तर देईल?

आणि मी मोठ्या उत्सुकतेनं मुलाखती घेत सुटले. शे-सव्वाशे माणसं भेटली. काळी-गोरी, देखणी, थोर, खुजी... माणसांच्या तरी किती जाती! त्यांच्या कथा-व्यथा ऐकल्या. गोडगुपितं समजून घेतली. हर्षामर्ष टिपले. पण हे सगळं काठावरून. मुलाखत हा दोन मनांचा संवाद खरा, पण हातचं राखून. माणसं मुळी मोकळी होतच नाहीत. ती स्वतःला 'प्रेझेंट' करतात. आपल्याला दिसतं ते आरशातलं प्रतिबिंब.

मग मला आदिवासीत काम करणारा समाज-शिक्षक भेटला. नंतर फाळणीचे चटके अनुभवलेला, घरादाराची राख झालेली बघून हादरलेला आणि पुन्हा त्या राखेतून रांगोळी रेखणारा कलावंत मनाचा माणूस पाहिला. वैधव्याचा शाप माथी असताना त्यातून वर येऊन आयुष्याचं वृंदावन करणारी धैर्यशालिनी भेटली. विचारांची भूक वाढत होती. आणखी काही जगावेगळं हाती गवसतं का ते शोधत होते. मनाची तहान अजून भागली नव्हती. प्रवास चालू होता.

हिंडत हिंडत मी हृषीकेशला पोचले; अलकंनदेच्या तीरावर. अलकनंदा नावासारखीच देखणी. मला मनालीची 'बियास'नदी आठवली. स्वच्छ पाणी, किंचित् हिरवी छटा. पाण्याच्या नितळ आरशातून, आरामात पहुडलेले दगड-गोटे आणि अजस्त्र कातळसुद्धा सहज टिपावेत.

त्याचवेळी मला 'दल' सरोवराची आठवण झाली. रात्री हाऊसबोटीतले दिवे झगमगले की त्यांचं प्रतिबिंब पाण्यात पडायचं. क्षणभर चकायला व्हायचं. अरे, ही आकाशगंगा पाण्यात कशी उतरली?

आमच्या मुरुड-जंजिऱ्याचा समुद्र तर असा गूढ, गहिरा की जसा ध्यानस्थ मुनीच! होय! इथंही असा एक ऋषी बसला होता. लख्ख गोरा, त्या गोरेपणावर उठून दिसणारी काळी दाढी, गोल भावदर्शी डोळे, तेजस्वी मुद्रा! अलकनंदेचे तुषार त्याच्या सुवर्णमयी देहावर उडत होते. त्या मंत्राक्षता अंगावर घेत तो शांत बसून होता.

बोलत होता का तो त्या पाण्याशी? ती अलकनंदा लडिवाळपणे खळाळत त्याला उत्तर देत असावी.

बोलावं का याच्याशी? पण तेवढ्यात तो उठला. उगवत्या सूर्याला अर्घ्य देत काहीसा मंत्रोच्चार केला आणि तडक चालत राहिला.

हा कोण? कुठला? साधू, महाराज की तपस्वी? माझं सुप्त मन खडबडून उठलं. जावं याच्या मागं? विचारावेत प्रश्न? पण हा प्राणी नीट उत्तरं देईल का? बाकी साधू, बुवा, महाराज हे एक कंत्राटच असतं. धड बोलला तर ठीक. अशा लोकांपासून दूर राहणंच बरं.

मी उलट दिशेनं चालत निघाले. अवखळ अलकनंदेच्या कोवळ्या सूर्यकिरणांशी चाललेला खेळ बघण्यात किती वेळ गेला कळलंच नाही. जराशानं बघते तर तो साधू कुठं दृष्टिपल्याड गेला होता. त्या रात्री मात्र विचार आला, अशा लोकांचं जगणं कसं असतं? हे लोक सरळ, साधं आयुष्य सोडून देहदंड सोसण्याच्या मार्गावर का जात असतील? सर्वसाधारण माणसाचे विचार, विकार, भावना यांचा स्पर्श त्यांना होत नसेल का? विचार करत करतच मी झोपी गेले.

पुढले तीन दिवस मी रोज तो साधू पाहत होते. पण पुढं होऊन त्याच्याशी संवाद साधण्याचं धाडस काही झालं नाही. आश्चर्य म्हणजे अन्यही कुणी त्याच्याजवळ जात नव्हतं.

कुतूहल मनात ठेवूनच मी अलकनंदेचा निरोप घेतला. पण अलकनंदेच्या तीरावरचा तो साधू डोक्यातून जाईना. एकच विचार; हे जगणं जाणून घेतलं पाहिजे. कदाचित् काही वेगळं हाती लागेल. जीवनाच्या अज्ञात वाटचालीचा शोध लागेल. हा साधू तरुण दिसतो. तो या मार्गाकडे कसा वळला हे विचारणंही तितकं अवघड जाणार नाही.

२

विचारांचं मोहोळ उठलं होतं डोक्यात. देहानं मी मुंबईला पोचले होते. दिनक्रम पार पाडत होते. वाचन-लेखन चालू होतं. पण मनात रुजलेला विचार घट्ट मूळ धरून होता. साधू लोकांचं जीवन, विचारधारणा, प्रत्यक्षानुभूती यावर चरित्रात्मक कादंबरी नक्कीच होईल. आजवर हा विषय मी हाताळला नव्हता. कारण तो अवाक्यापलीकडचा होता. आता कादंबरीला एक नायक मिळाला होता तेव्हा स्वस्थ बसणं शक्य नव्हतं.

चतुर्मासाची चाहूल लागली आणि माझ्या डोळ्यांपुढं नजरबंदी करणारी अलकनंदा येऊ लागली. पावलं आपोआप हृषीकेशच्या दिशेनं वाटचाल करू लागली. एकदा एखादा विषय डोक्यात शिरला की तो पूर्णत्वाकडं नेईपर्यंत मला चैन पडायचं नाही. त्या विषयाचा परिपूर्ण अभ्यास करायचा. विषयाचा गाभा हाती लागला की विस्तार करणं अवघड नसायचं. मग त्यातल्या व्यक्तिरेखा स्वत:च बोलू लागतात, वावरू लागतात, आकार घेत जातात. आपण फक्त सूत्रधार व्हायचं.

साधू लोकांचं जगणं! आध्यात्मिक जीवनाचा पदर अन् पदर उलगडण्यात केवढी मौज वाटेल! घर, गृहस्थी, आई-वडील, आपलं माणूस– सगळं सोडून हे वैराग्य धारण करायचं. रामदासांनी तो सावधानचा इशारा जन्मभर ध्यानी ठेवला. या साधूला ते जमलं असेल? तरुण वयात, काम-क्रोध-मोह-दंभ-मद-मत्सर यांना कोसो दूर ठेवून इंद्रियांवर ताबा मिळवणं ही सामान्य गोष्ट नाही. मुळात ही काटेरी वाट का धरली असेल? माझ्यातल्या निर्मितिक्षमतेला हे मोठंच आव्हान होतं.

लेखक दुसऱ्याचं मन जगायला शिकतो असं मीच नेहमी म्हणते. या साधूचं मन जाणणं मला पेलवेल? शक्य होईल?

झपाटल्यागत मी हृषीकेशी जाऊन थडकले. अजून उजाडत होतं, पण मी उठलेच. अलकनंदेच्या तीरी जाऊन पोचले. कसलं भय नव्हतं. शंका नव्हती. ऋषी-मुनींच्या पदस्पर्शानं पावन झालेली ही भूमी. अलकनंदेला स्पर्श करणं म्हणजे तिनं उरी जपलेले ते पुण्यस्पर्श आपण आपल्यात सामावणं, पापक्षालन करणं. आपण पवित्र होणं.

त्या अंधुकशा प्रकाशातही ती शुभ्रवस्त्रावगुंठित आकृती मला दिसत होती. निश्चल! निःस्तब्ध! निःशब्द! मी जागीच खिळले. निरखत राहिले. जसा अलकनंदेचा एक अंश मानवी देह धारण करून मातेचं पूजन करत होता. एक श्वेत-वस्त्रधारी पुतळा! जगाशी नातं नसलेला, जीवनाचं भान हरवलेला. तो इथला नव्हताच.

जराशानं अंधाराचं वस्त्र विरळ होत गेलं. प्रकाशाची कोवळी लडिवाळ किरणं त्याच्या ओंजळीतल्या पाण्यात नाचत होती. अलकनंदाही आपल्या अंगांगावर ती सोनपिवळी किरणं झेलत, पैंजण छुमछुमावेत असा मधुर ध्वनी उठवत पुढं निघाली होती. तीच लय पकडून तो साधुपुरुष धीर-गंभीर स्वरात मंत्रोच्चार करत होता. त्या नीरव शांततेत ते शब्द आकाशमार्गानं माझ्यापर्यंत पोहोचत होते. (बहुतेक ती सूर्योपासना असावी–)

त्यानंतर अर्घ्यदान सुरू झालं–

क्षणभर वाटून गेलं, मला भास होतोय. अनेक शतकं ओलांडून मी भूतकाळ जगते आहे. ऋषींचे मंत्रोच्चार चालू आहेत. ॐकार ध्वनीनं वातावरण भरून गेलंय. शेकडो दीप झगमगताहेत. अलकनंदा सुवर्णमय देहधारिणी झाली आहे. साक्षात् आद्य शंकराचार्य अर्घ्य अर्पण करताहेत, मंत्रघोष चालू आहे. मग कानावर येतं–

"अलकानन्दे परमानन्दे कुरु मयि करुणां कातरवन्द्ये ।

तव तटिनिकटे यस्य हि वासः खलु वैकुण्ठे तस्य निवासः ।

अगदी स्पष्ट ऐकू येत होतं. समोर तर हे महाराज.. हेच गंगास्तोत्र म्हणत होते? अरे, मला भ्रम तर होत नाही ना? अंगावर तुषार झेलत मी कितीतरी वेळ तशीच उभी आहे. भिजते आहे. तशीच डोळे मिटून मोठ्यानं म्हणते आहे–

'अलकानन्दे परमानन्दे करु मयि..."

पुढे? पुढे काय बरं? आठवेना. मग मी माझ्याशीच म्हणत राहिले-

"भज गोविंदं, भज गोविन्दं, भज गोविन्दं मूढमते—"

मोहनिद्रेतून मी भानावर आले. क्षितिजाच्या टोकाला एक आकृती दिसत होती. विस्तारलेल्या आकाशगंगेत विरून जात होती. अरे, म्हणजे हा माणूस दूर गेला तर! आकाशाच्या पटलाआड, की दूर मृगजळात? अलकनंदेच्या पोटात की

क्षितिजाच्या रुपेरी कडांत? कुठं शोधायचा याला? आपण अशा कशा भान हरपून गेलो? माणूस सान्निध्यात येऊ नये म्हणून यानं हा चमत्कार तर केला नसेल? सिद्धी प्राप्त झालेले हे लोक काहीही करतील. पण हा त्यातला नसावा. सद्गुरुपदाला शोभेल असाच निर्मळ, निर्मम वृत्तीचा वाटत होता. माझ्या मनातल्या उत्सुकतेला एक गूढतेचं वलय प्राप्त होत होतं. हृषीकेशचा निरोप घेण्यापूर्वी मी मनाशी खूणगाठ बांधली. पाताळात लपला तरी याला शोधून काढायचाच; मनातल्या शंकांचं निरसन करून घ्यायचं.

३

मी चक्क पंचांग उघडून बसले. त्यावर खुणा करत सुटले. कालनिर्णय आणून चतुर्मासारंभवर मोठा गोल केला आणि दोन महिने आधीच तिकिटाचं आरक्षण करून टाकलं.

खरं तर माझ्या वागण्याचं मलाच हसू येत होतं. जगात स्वामी-बुवा-बैरागी काय कमी आहेत? त्यातून आपल्या भारतात तर अशा लोकांची वानवा नाहीच. पण हा माणूस ध्यानस्थ बसलेला, अर्घ्य देताना, मंत्रोच्चार करताना मी पाहिला होता. त्याची एकाग्रता, सात्त्विक भाव, चेहऱ्यावरचं चारित्र्याचं तेज मला सांगत होतं, या माणसावर तू लिही. तू शोधत असलेल्या विषयाची परिपूर्ती इथे होईल. हे तिसरं वर्ष मी सातत्यानं येतेय.

ठरवलं होतं की पहाटेच या साधूला गाठायचं. आजची संध्याकाळ मोकळी होती. पाय नेतील तिकडं मी जात होते. काही अंतरावर एक कुटी दिसत होती. वस्तीपासून दूर, अलग. दार बंद होतं. बाहेर पाच-पंचवीस माणसं जमलेली दिसत होती. केवळ कुतूहलानं मी तिथं गेले. हे सारे कुणाची वाट पाहत होते? इथं काय घडलं होतं? कुटीचं दार नुसतंच ओढून घेतलेलं दिसत होतं. आत कुणी नसावं बहुतेक. तर मग... मी एका गृहस्थांना विचारलं, ''आपण लोग यहाँ क्यूँ खडे हो?''

''महाराज के दर्शन के लिये.''

''महाराज? कौन महाराज?''

''आप जानती नहीं? दादा महाराज!''

तेवढ्यात 'आ गये'ची कुजबुज झाली. सर्व चेहरे त्या दिशेला वळले. मीही मान वळवली. साधुमहाराज भरभर पावलं टाकत येत होते.

नजर थेट समोर. चेहरा प्रसन्न. चालीत आत्मविश्वास. ते अगदी समीप आले. त्यांच्या डोळ्यांत अलकनंदा सामावली होती.

महाराज वृक्षाखाली आसनस्थ झाले. पहिली दोन प्रश्नोत्तरं हिंदीतच झाली. मग यात्रा कंपनीतून आलेल्या चार लोकांच्या गटातून प्रश्न आला -

"चतुर्मासात आपण दरवर्षी इथं येता असं कळलं?" महाराजांनी मान हलवली. "या भूमीत असं विशेष काय आहे?"

"ही ऋषींची पावन भूमी आहे. श्रीरामचंद्र अलकनंदेच्याकाठी दीर्घकाळ राहिले आहेत. आद्य शंकराचार्य, ज्ञानदेवांसारखे थोर ऋषिमुनी इथं येऊन गेले आहेत. त्यांच्या पदस्पर्शानं पावन झालेली ही भूमी आहे."

"आपण ध्यानधारणा किती तास करता आणि विश्रांती केव्हा घेता?"

"अडीच-तीन तास झोप मला पुरते. ब्राह्ममुहूर्त नेहमी ध्यानधारणेला उत्तम असतो. २४ मिनिटं आधी किंवा नंतर. पहाटे तीनपासून मी सुरुवात करतो. रात्री १०॥ नंतर ध्यानधारणा केली तर आकाशमार्ग मोकळा असतो. मन एकाग्र होतं.

"मी चार वाजता प्राणायम करतो. मग अर्धालिटर पाणी पिऊन योगासनं करतो. नंतर अलकनंदेवर स्नानाला जातो. त्यानंतर महिम्न म्हणत अर्घ्य अर्पण करतो. कुटीवर आलो की १२०० वेळा गायत्री मंत्र म्हणतो. १०८ वेळा हनुमान चालिसा म्हणतो. मन शुद्ध होतं.

"संध्याकाळी चारनंतर मन मानेल तसा भटकत राहतो. मोकळा श्वास घेता येतो. अलकनंदेचे तुषार अंगावर घेत फिरणं मोठं आल्हाददायक असतं. अलकनंदेनं अनेक वेळा मला तुषारस्नान घातलंय."

"अन्न घेण्याचे आपले काही नियम आहेत का?"

"होय. आम्ही भिक्षान्न घेतो. काही वेळा भिक्षा मिळतही नाही. आमचा नियम असा आहे; मिळालेली भिक्षा प्रवाही पाण्यात तीन-चार तास भिजवून ठेवायची. मग ती पिळून काढायची. एक भाग गाईला द्यायचा, एक पृथ्वीला आणि शेवटच्या भागात दोन हिस्से करायचे. अर्धा भाग कुणी अतिथी आला तर त्याला द्यायचा. उरलेला भाग आपण खायचा, हे परमपूज्य रामकृष्ण परमहंसांनी सांगितलं आहे."

तासभर प्रश्नोत्तरं चालली होती. मी भराभर टिपून घेत होते. लोक नमस्कार करत होते. विशेष म्हणजे समोर ठेवलेले पैसे ते आजूबाजूला उभ्या असलेल्या गरिबांना वाटून टाकत होते. लोक हळूहळू परतत होते. मी मात्र चिवटपणानं बसून होते.

"आपण थांबलातशा?" मी जावं ही सूचना मला कळली. "आपल्यावर

काही लिहायचं आहे. एका साधूचा जीवनपट उलगडायचा आहे.''

ते सौम्य हसले. ''माझ्यावर लिहायचंय? प्रभू रामचंद्रांवर लिहा. शक्तिशाली हनुमंतावर लिहा. सज्जनगडावर जा. समर्थ तुम्हाला प्रेरणा देतील.''

हा माणूस सहज बधणार नाही याची मला कल्पना होतीच. मी जागची न हलता म्हणाले, ''काही प्रश्न अनुत्तरित राहिले आहेत.''

''विचारा.''

''अलकनंदेवर येऊन आपण नक्की काय मिळवलंत? इथला एखाद-दुसरा अनुभव सांगाल?''

''मोठा प्रश्न आहे, पण सांगतो. हृषीकेशी एकान्तवास आणि मार्गक्रमणा करताना काय मिळाले? तर विश्वात्मकता म्हणजे प्रगल्भ जीवनदृष्टीच. याचे ज्ञान अलकनंदेच्या सान्निध्यात हृषीकेशी झाले. पुढं याच विचारांचं चिंतन सुरू झालं. त्या संदर्भात वाचन होऊ लागलं. भगवद्गीता, योगवाशिष्ठ्य हाती आले. काया-वाचा-मने मौन धारण करणे सहज घडत गेले. मी मुक्त, मुक्त झालो.

''कुणी स्पर्श न केलेली फुलं पाहायला मिळाली. कधीच ध्वनिमुद्रित न झालेलं पाखरांचं संगीत ऐकायला मिळालं.

''जेव्हा स्वत:ला मी बाजूला करत गेलो तेव्हा अनेक वेळा येथील मंदिरात-आश्रमात येणाऱ्या तपस्व्यांच्या प्रवचनातील चार शब्द, त्यांच्या चरणी बसून ऐकू शकलो. गीतेचे पूर्ण श्रवण स्वामी ज्ञानानंद यांच्याकडे झाले. दीन ज्ञानवृद्ध तपस्वी साधूंच्या सन्निध ग्रंथवाचनात रमून गेलो. मनस्वी थंडीमुळं जेव्हा बाहेर पडू शकलो नाही तेव्हा डोळे मिटून, पद्मासन घालून ध्यानधारणा करत राहिलो ते याच भूमीत. फुलांत रमणं झालं, गंधाला बिलगणं झालं, अलकनंदेच्या सान्निध्यात चांदणं टिपत गेलो. अशा वेळी तुकोबा आठवायचे–

'शांती परते नाही सुख
येर अवघेचि दु:ख ॥'

''हे थांबणं म्हणजे निष्क्रिय होणं नव्हे, तर आत हृदयाची स्पंदनं ऐकणं, अंतरी उठणाऱ्या स्वरांचा अर्थ लावणं, सूक्ष्मातिसूक्ष्मतेचं निरीक्षण करणं, आपण केलेल्या चक्रव्यूहातून निसटून विश्वात्मकतेकडं वळणं होतं– म्हणजेच आपल्या मूळ स्वरूपाकडं.

''ज्ञानदेव, समर्थ रामदास, शंकराचार्य हिच्याच तीरी आठवले. वैराग्यपूर्ण आयुष्य जगणारे शुक मुनी मला जवळचे वाटले. मीरा- कबीर मला आवडले. मीरा तर राजकन्या. रूपवती. किती सोसलं तिनं! पण जिथं कृष्ण नाही ते धाम तिनं आपलं

मानलं नाही. प्रखर निष्ठावंत. तुकोबांनी तर तन-मन व्यापून टाकलं. हे सगळे वेगळी नावं धारण करणारे खरे, पण एकाच शक्तीची भिन्न रूपं!

'प्राप्तार्थ झाले, निष्कामता पावले !
तयाहि कर्तव्य असे उरले लोकालागी ।।'

"हे मन इतरांसाठी कर्म आचरत लोकांती राहून एकान्ती राहिले. हे घडले या अलकनंदेच्या तीरी." महाराज बोलायचे थांबले. मी भराभर त्यांचे शब्द टिपून घेत होते. त्यांनी डोळे मिटले होते, पण बरंच काही त्यांच्या डोळ्यांपुढून सरकत असावं.

"मी आपल्याला त्रास देतीय, पण शेवटचा एकच प्रश्न. या परिसरातला एखाद-दुसरा अनुभव–"

"हो. आपण तो प्रश्न मघाच केला होतात. सांगतो– निसर्ग ही एक जीवंत अभिव्यक्ती आहे हे इथंच कळलं. आवाज देत होतो, तो प्रतिसाद देत होता. मला निसर्गाची भाषा कळत नव्हती, पण झाडं माझ्याशी संवाद साधू इच्छितात असं खूपदा वाटायचं; नव्हे, तसंच घडायचं आणि कित्येक तास मी त्या झाडांच्या सान्निध्यात प्रसन्नतेनं राहायचो. तो शब्देविण संवादाचा साक्षात्कारच!

"एकदा नव्हे, अनेकदा एक फुलपाखरू जवळ येई, तास-दीड तास खांद्यावर बसे, मग उठून हाताच्या मनगटावर बसे. हात हलला, वळवला तरी ते उडत नसे. माझी कुठली भाषा त्याला कळली होती, ठाऊक नाही, पण त्याच्या संगतीत मी काही अनुभवत होतो.

"एकदा तर पाहा, जमिनीवरून डाव्या पायाच्या अंगठ्याचा आश्रय घेऊन अगदी वर मानेपर्यंत मुंग्यांची रांग झाडावर चढून गेली. माझे जपानुष्ठान कैलासवृक्ष पदतळी (पूज्य रामसुखदास महाराजांच्या आश्रमात) चालू असताना हा अनुभव आला. मला कुठल्याही प्रकारची इजा झाली नाही, की माझे अनुष्ठान बिघडले नाही.

"हृषीकेशी सांगता न येणाऱ्या, बोलता न येणाऱ्या भाषेनं माझं जीवन भारून टाकलं होतं. माझ्यासारख्या अति सामान्य साधकाला अलकनंदेनं वेडंपिसं केलं. शब्द अनुभव व्यक्त करू शकतात; सत्याची जागा घेऊ शकत नाहीत. त्यासाठी आपल्याला शब्दांपलीकडं जावं लागतं. हे पलीकडं जाणं म्हणजेच एका चौकटीतून मुक्त होणं. असं मुक्त होणं म्हणजेच विश्वात्मक होणं." महाराज एकदम शांत झाले.

"मी उद्या सकाळीच परत जातेय. पुन्हा केव्हा दर्शन होईल ठाऊक नाही. एक प्रश्न अस्वस्थ करतोय–'

महाराजांनी फक्त डोळे उघडून स्थिर नजरेनं पाहिलं.

"आपण ब्रह्मचारी आणि संन्यासी आहात असं लोकांच्या बोलण्यातून कळलं. या वयात असा ताबा मिळवणं ही सामान्य गोष्ट नाही."

"नाथ महाराज आणि हनुमंतांनी हे ब्रह्मचर्य टिकवून ठेवलं. त्यांनी मार्गदर्शन केलं. ज्ञानदेव, शंकराचार्य पाठी उभे राहिले; आणि माझ्या मातोश्री. माझ्या माता-पित्यांची सेवा माझ्या हातून घडली नाही हे खरंच, पण तिचा शब्द मी आजवर निष्ठेनं पाळला. तीच सेवा.

"मी या मार्गावर पाऊल ठेवताना त्या माऊलीनं सांगितलं, 'तू लहानपणापासून हुशार आहेस, पण ही हुशारीच तुला बिघडवू शकते. तू विश्वव्यापक परमात्म्याला कवेत घ्यायला निघायलायस, लक्षात ठेव, तुझ्या पावलांचे ठसे कुठं उमटवू देऊ नकोस...'

"मी आपल्या मातोश्रींना, तीर्थरूपांना भेटू शकते?"

महाराज मोकळे हसले अन् म्हणाले, "संन्याशाला नातं नसतं."

"जन्मदात्यांशीसुद्धा?"

"त्या पूर्वजन्माचा मी त्याग केलाय!"

"बरं, बरं! त्या पूर्वजन्मातलं नाव, गाव, पत्ता? ते तरी सांगा."

"नाव नाही, गाव नाही. पत्ता-समर्थांचे चरण. मी परिव्राजक आहे. एका गावात तीन दिवसांपेक्षा अधिक वास्तव्य करत नाही."

"मला त्या पूर्वजन्मातल्याच लोकांना भेटायचंय. कुठं भेटतील?"

महाराजांनी आपल्या झोळीतून एक कागद काढला. त्यावर दोन नावं लिहिली–

१) नित्रूड - 'आक्का' (आजी) - कारभारी व्यंकोजी पाटील यांचा वाडा

२) बाभळगाव - आई-वडील - लाटे पाटील, पोलीसपाटलांचा वाडा.

माझ्या हातात तो कागद देऊन ते उठलेच. सरळ कुटीत निघून गेले. दार ओढून घेतलं... आता थांबण्यात अर्थ नव्हता. हाती खजिना पडला होता. आता पुढला मार्ग तेवढा अवघड नव्हता. वाणी आणि लेखणी यांची कसोटी लागणार होती. अनोळखी लोकांच्या घरी जायचं होतं. हुशारीनं माहिती काढायची होती. पण त्यात थ्रिल होतं. मी ते अनुभवणार होते.

४

मी मुंबईला येऊन पोचले देहानं; पण मन हृषीकेशी ठेवून आले होते. डोक्यात दोनच नावं होती. 'नित्रूड' आणि 'बाभळगाव.' मुलानं विचारलं, "आई, आजच आलीस. एक बॅग रिकामी केलीस. आता दुसरी बॅग का भरतेस?"

"दोन दिवसांनी पुन्हा जायचंय."

"कुठं? अग ही दगदग कशासाठी? कुणासाठी?"

"त्यात मला आनंद आहे. माणसाचा शोध घेण्यासाठी यात आनंद असतो. तुला नाही कळायचं."

"नको कळायला. तुला कळतंय ना? तू आनंद घे. पण स्वत:कडंही थोडं लक्ष दे."

मी माझ्याच विचारात होते. दमले तर होतेच, पण पुढचे बेत आखत होते. तशीच अंथरुणाला पाठ टेकली. झोप येत होती आणि मन जागं होतं. डोक्यात धुमाकूळ चालला होता. मी कुठल्या तरी कवितेच्या ओळी स्वत:शीच पुटपुटत होते–

'करिसी एकान्ती गर्दी
एकान्तही जनसंमर्दी
'जागा असता कुणि त्यासी
पुढची स्वप्ने दाखविसी...'

तेवढ्यात दिवा लागला. कुणीतरी मला हलवलं. मी डोळे उघडले. "आई, एवढ्या रात्री मोठमोठ्यानं काय बोलतेस?"

"मोठ्यानं बोलले का रे? सॉरी! मी स्वत:शीच तर बोलत होते."

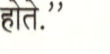

"स्वत:शीच बोलतेस हे चांगलं आहे, पण हे ठेक्यातलं मनातल्या मनात म्हटलंस तर बरं ग! रात्रीचे अडीच वाजलेत. काळजी वाटते."

"मी मनातलं मनाशीच बोलेन. नकळत मोठ्यानं बोलले बघ. तू झोप जा."

झोपेचं खोबरं झालंच होतं. मी उठून बसले. तो कागद काढला. 'नित्रूड!' म्हणजे कुठं आलं? नकाशात कुठंही आपलं अस्तित्व न दाखवणारं हे गाव आता शोधायचं कुठं?

दोन दिवस चौकशीत गेले. शेवटी एक 'गडी' भेटला. म्हणाला, "अवो मावशी, बीडपावतर सरळ बसनं जा. तिथनं म्होप गाड्या भेटतील, तेल गावाशी उतरा. तिथं चौकीवर तालुक्याचा नकाशा इचरा. बगा, तिकडनं सोळा किलोमीटर अलीकडं नित्रूड गाव हाय. तिकडून तीन कि.मी. वर बाभळगाव. म्होप टूरिंग गाड्या हैत बगा." माहिती तर मिळाली. आता बॅग उचला आणि निघा बाईसाहेब! शोध घेताय ना? घ्या! कंटाळून चालणार नाही आणि दमून पण भागणार नाही. बोला, 'सियावर रामचंद्र की जय!'

मी बॅग उचलली आणि रेल्वे स्थानक गाठलं.

◈◈

५

गाव ऐसपैस पसरलेलं असलं तरी, 'कारभारी, व्यंकोजी पाटलांचा वाडा' सापडायला कष्ट पडले नाहीत. रस्त्यावरच्याच एका मुंडाशेवाल्यानं 'दावतो की, चला' म्हणत नेतेपण केलं. चालता-चालता चौकशी चालूच होती. 'कुठून आला?', 'कुणाकडं काम आहे?' 'शिकलेल्या दिसत-' वगैरे. त्याच वेळी मला हवी ती माहिती देऊन सज्ञान करत होता.

"आक्का, म्हंजे बगा लाख मानूस! कारभार त्याच सांबाळतात नव्हं. हा यवढा मोठ्ठा वाडा, पर बाईनंच हिकमतीनं बांधला. लई करारी. ठसकेबाज! कुना गड्याची टाप न्हाई त्येंच्या म्होरं बोलायची."

"नाव काय हो त्यांचं?"

"नाव... लक्षुमूबाई हाय खरं, पर समद्या गावाच्या त्या आक्काच!" बोलत बोलत आम्ही रस्ता तुडवत होतो आणि तो एकदम थांबला. मी बघायला लागले.

अजगरासारखा जबडा पसरून विस्तारलेला तो चिरेबंदी वाडा, पोलादी छातीच्या एखाद्या मर्द माणसासारखा उभा होता. एवढ्या मोठ्या वाड्यात माणसं तरी किती राहात असतील? त्यानं देवडीवरच्या गड्याला हाकारलं, "वो बाबूराव, ह्ये म्हमैसून आल्याती पावनं आक्कांकडं. त्येस्नी वाडा दावायला आलो."

"आता आक्कांचा वाडा दावायला वाटाड्या कंदीपासून लागाया लागला? तुम्ही बी नंबरी हायसा बगा."

नाही म्हटलं तरी उरात थोडं लकलकलंच. कशी असतील माणसं? महाराजांची आजी, म्हणजे पंच्याहत्तरीची तरी नक्कीच असेल. बोलेल का नीट? त्यातून मी शिकलेली, मुंबईची. शंकांची अनेक

भेंडोळी मला त्रस्त करत होती. एवढ्यात वरच्या मजल्यावरचा चिकाचा पडदा सरकला. हालचाल जाणवली. एक गडी मला वरती घेऊन गेला.

डोईवरचा पदर सांभाळत एका बाईनं स्वागत केलं, ‘‘या. कोन म्हनायचं? कुनाकडनं आलात?’’

‘‘मी मुंबईहून आलेय. लेखिका आहे. दादामहाराजांनी हा पत्ता दिलाय. आक्कांना भेटायचंय.’’

‘‘बसा की,’’ म्हणून ती मागं वळणार एवढ्यात दारावरची वेल थरथरली. विणलेला पांढराशुभ्र पडदा बाजूला झाला. दारात आक्का. समोर मी. आमची नजरानजर झाली. पंचाहत्तरीची ती वृद्धा ताठ कण्यानं आणि हसऱ्या मुद्रेनं उभी होती.

‘‘या, या, या! बरंच लांबनं येनं केलंत.’’ आम्ही बोलत होतो. तेवढ्यात गूळ-पाणी आलं. मी पाण्याचं भांडं उचललं. आजूबाजूचा पेशवाई थाट बघून पाणी चांदीच्या पेल्यातून येईल याचा अंदाज होताच. लोड-तक्के, गालिचे त्या वाड्याच्या वैभवाची साक्ष देतच होते, पण वर लटकणारी झुंबरं वाऱ्याच्या मंद झुळकीबरोबर हळुवार गिरकी घेत आपल्या ऐटबाज अस्तित्वाची जाणीव देत होती. मी अवघडलीशी बसले होते.

‘‘ह्ये बघा, ही मुंबै नव्हं. आमचा देशावरचा कारभार. गुळाचा खडा खाऊन वर पानी प्यायचं. उन्हातनं दमून आलात. हिथं निवांत व्हायचं. हात-पाय धुवून घ्या. दूध पिऊन मग अंघोळीला–’’

‘‘मी आपल्याशी बोलायला आलेय. दादामहाराजांकडून.’’

‘‘आता! आल्या आल्या कचेरीचं काम असल्यासारखं बोलता की! याल, दोन घटका टेकाल, जेवाल; मग बोलू की निचिन्तीनं!’’

‘‘मला आजच परतायचंय.’’

‘‘असं कंदी झालंय? आमच्या अनिलकडनं आलाय–’’

‘‘अनिल?’’

‘‘म्हंजे, ते आपलं माझं आवडीचं नाव. तुमचं दादामहाराज! ते सगळं आरामात बोलू की! आधी आवरून घ्या. कसं?’’

माझ्या लक्षात आलं, या प्रेमळ धाकाला उत्तर नाही. जे जे होईल ते ते पाहावे या न्यायानं मी आज्ञाधारक मुलीची भूमिका घेतली.

साग्रसंगीत जेवण झालं. हवं-नको स्वत: आक्काच बघत होत्या. जेवण अगदी अंगावर आलं होतं. वाळ्याच्या पडद्याला हात लावून झुळझुळणारा वारा सांगत होता, आता झोप आरामात. बघता बघता माझे डोळे मिटले. जाग आली ती

आक्कांच्या हाकेनं, "उठताय न्हवं? मग घाई होईल जायला!"

त्यांच्या आवाजातला मिस्किलपणा मला जाणवला.

वरमले खरी, पण झालं हे ठीकच. हे घर समजून घ्यायला एक मुक्काम तरी आवश्यक होता.

थंडगार पन्हं पिऊन आम्ही बैठक जमवली. "दादामहाराज आपले नातू ना?"

"तर! माझ्या लेकीचा मुलगा. माझ्या लेकीवानीच गोजिरवाणा."

"याच घरी जन्मले ना?" आक्कांनी मान हलवली.

"पोरगं असं सुलक्षणी, बघा भाद्रपदात त्या वर्षी चतुर्थी आणि ऋषिपंचमी एकाच दिशी आली. दुपारी पावणेचारची येळ. आणि यानं टॅंऽहा केला बगा. नातू झाला. बातमी पोचली का, अवो चार अरबी घोड्यावरनं त्याच्या आजोबांनी गावभर साकर वाटली.

"ब्यॅंड लावून पैली अंघोळ घातली. कमी तर २५०-३५० सवाष्णी होत्या. ह्येच्या आज्यानं यवढं देखील कमी पडू दिलं न्हाई. सोनाबाई नावाची मांगीण दायी व्हती. ती रोज अंघोळ घालायची. हे मापल्या घरी बाभाळगावी गेले तर हिला बी धाडली संगतीनं. बाळाला पण हाताची सवय होते ना!

"वरीस न्हायली तिकडं. त्येपण लई टेचदार मानूस. वर्सानं तिला परत पाठिवली तर बघा सोन्याची नथ, दोन-तीन लुगडी मानानं दिली."

"बारसं इकडंच झालं असेल?"

"तो आमचा हक्कच की! वेदमूर्ती महादेव पाठक यांनी अंघोळ घालताना वेद म्हटलं. मठपती हरिगिरीबाबा मुलगा झाल्याचं ऐकून धावत आले. पैलं त्यांच्या मांडीवर घातलं. गावभर पेढे वाटले."

"मग त्या लोकांनी पण दणक्यात साजरं केलं असेल?"

"त्यांचं काय इचारता? हे पोरच भाग्याचं! हिथनं अडीच म्हैन्यांनी आमी लेकीची पाठवणी केली. तर बाभळगावी गेल्यावर राष्ट्रसंत पाचलेगावकर महाराजांच्या मांडीवर प्रथम त्याला घातला. त्यांचा आशीर्वाद घेतला. ऐकल्यालं सांगत्ये-

'एका बाजूला बॅंड वाजत हुता तर दुशीकडं मंत्रपठण. पुन्ना बारसं झालं. त्यांच्या नऊ पिढ्यांत पैली मुलगीच, पन धाव्या पिढीत पैला ह्यो नातू. काय सांगू येक येक कथा! ऐकाल तर नवल कराल. हनुमान मंदिरात अखंड नंदादीप लागला. म्हारवाड्यापासनं चांभार-लोहारापावतर सर्वांनी गुढी उभारली. सोळा सवाष्णींनी पाणी भरलं. सुतारानं पाट, कुंभारानं माठ, सोनारानं शिंदेशाही तोडे असं भरभरून

दिलं म्हणे.

'त्यांनी बी सर्वांचा आब राखला. खोबऱ्याच्या वाट्या, गहू यांनी आलेल्या प्रत्येकीची वटी भरली. ब्रह्मवृंदाकडून महारुद्र करविला. तुळजाभवानीची वटी भरली. आईचा आशीर्वाद होवाच. गावात साखरपान वाटलं. बाभळगावाला लाडवाचं जेवण घातलं पाटलांनी. ब्राह्मणांना दानधर्म केला. दोन्ही ठिकाणी पाळण्यात घातलं. पाटलांनी हापिसात पण जंगी पार्टी केली.'' आजींच्या बोलण्याला उसंत नव्हती. नातवाचा जन्मसोहळा त्यांच्या डोळ्यांत जागला होता. पंचाहत्तरीची ती वृद्धा आपलं वय-काळ विसरून २४-२५ वर्षं मागं गेली होती. त्यांच्या डोळ्यांतून तो आनंदसोहळा मी अनुभवत होते.

''तुम्ही काय नाव ठेवलं होतं नातवाचं?''

''नाव... तसं मामानं ठेवलं बगा. त्याच्यापुढं कुनाचा शबुद न्हाई. मी अनिलच म्हनायची.''

'चंदराला भारी सतावलं. तीच काय ती जवळची. त्यो चांगला तीन वर्सांचा होई तो मांडीवर घेऊन जेऊ घालायची. लई लाड क्येलं त्याचं.''

अडीच महिन्यांचं लेकरू घेऊन 'चंद्रकला' वाजत-गाजत आपल्या घरी आली. इथपर्यंतचं सगळं कळलं. आज मुक्काम करण्याखेरीज गत्यंतरच नव्हतं.

पहाटे जागले ती जात्याच्या घिरट्यांनी रिंगण धरलं तेव्हा. त्याबरोबर किनरा उंच स्वर कानी आला. त्या स्वरांची, लयीची शाल लपेटून तसंच पडून राहावं असं वाटत होतं. आक्का म्हणत होत्या

''...गोसावी क्येला गुरु
म्या मापल्या ग ऽ मतानं
भर्तार झाला गुरु
माय-बापाच्या सुतयानं...'' (सूत्रानं)

गिर्र... गिर्र... खुट् खुट्, खुंटी आवळली जात होती. शुभ्र पीठ सरीवर सरी याव्यात तसं खाली पडत होतं. मी दारात उभी राहून ते कौतुकानं पाहत होते. माझी चाहूल लागली तशी समोरचीनं आक्कांना खुणावलं, तसा त्यांचा सगळा नूरच पालटला. पदराआड हसू लपवत त्या म्हणू लागल्या-

''धया दुदानं भरल्या वाट्या
वर साकर राय पिठी
माजा जेवनार जगजठी
की पाखरू माजं ऽऽ

यवढं यवढंसं पाखरू ऽ ॥"

मग, मागं वळून म्हणाल्या, "उठलासा? आमचं बी आवरलं बगा." झटपट उरकून मी तयार झाले.

"निघते आता."

"व्हय खरं. कुकू लावा. देवघरात येता?"

मी जाऊन पाटावर बसले आणि दडपूनच गेले. "हे फार अवघड करता आक्का."

"अवगड कशापायी? हे पाटलाचं घर हाय." आक्का बोलत होत्या. एक सवाष्ण ओटी भरत होती. हिरवंकंच गर्भरेशमी टोपपदरी लुगडं, वीत वीत काठाचा धारवाडी खण, पाच फळं, वाटेत खायला फरळाचा डबा, मोगऱ्याचा फुलांचा शुभ्र हसरा गजरा... त्या भारानंच मी वाकले.

"एस. टी. स्टँडपर्यंत पोचवतील ना?"

"आमची अब्रूच काहाडता की! बाभळगावला याह्यांकडं जानार नव्हं? ते बी यष्टीनं? अवो, पाटलांची घरची गाडी हाय. समदी वेवस्था केलीय. निचिंतीनं जावा. पुना यावा. आपलं घर समजून ग्वाड करून घ्या."

जड मनानं मी जिना उतरले. सोबत लक्ष्मी आक्का उभ्याच होत्या. हात जोडून म्हणाल्या, "जपून जावा. विहीणबाईंना दंडवत सांगा."

वरच्या मजल्यावर चिकाचा पडदा वाऱ्यावर झोके घेत होता.

नुसती ओटीच नाही; मी बरोबर खूप काही घेऊन चालले होते.

◈◈

६

शहाण्णव कुळी मराठ्यांच्या कुलीन स्त्रीनं डोईवरचा पदर सांभाळत आबदारपणं उभं राहावं तसा तो चिरेबंदी वाडा शालीनपणे उभा होता. त्याची उंच भक्कम भिंत त्याच्या ताठ कण्याची आणि वयाची साक्ष देत होती. क्षणभर त्या वाड्याचं दर्शनी रूप मी डोळ्यांत साठवत उभी राहिले.

या घरात मुख्य दोन गोष्टी मला समजून घ्यायच्या होत्या. एक, दादामहाराजांच्या आई, त्यांना सगळे ताईसाहेब म्हणत होते. या मुलाला त्यांनी कसं घडवलं असेल? वाढवलं असेल? कोणत्या विचारांचं बीज रुजवलं असेल?

हा कुलदीपक! एवढं डोळे दिपवणारं वैभव! काय काय स्वप्नं पाहिली असतील या माऊलीनं! त्या सगळ्यांकडं पाठ फिरवून, छाटी गुंडाळून हिमालयाच्या कुशीत हा निघून गेला, तेव्हा तिच्या मनात काय वादळ उठलं असेल? की...

मला उत्तर हवं होतं, एक आई म्हणून, एक जगत्‌जननी म्हणून. पहिल्या नजरेत मी टिपलं असतं तिचं सुख-दुःख, मनात चरचरणारी वेदना किंवा एक परिपूर्ण समाधान-तृप्ती; नेमकं यातलं काय खरं?

आणि दुसरी पाहायची होती आजी. म्हणजे जिच्या इशाऱ्यावर हे घर हलत होतं-बोलत होतं. मला रात्रीची आठवण झाली. पडल्या पडल्या आक्का सांगत होत्या.

"काय सांगू बाई, लई शिरीमंतीत वाढली माझी लेक. तिनं हुं म्हनायचा अवकाश, सगळं हाजीर. कपडा म्हनू नका, खेळणी म्हनू नका, खाऊ म्हनू नका- अश्शी तळहातावरल्या फोडावानीजपली.

"पाटील लई मातबर! पंचक्रोशीत असा दानशूर देवमानूस

न्हाई. हनुमान जयंतीला अख्खं गाव ज्येवतं, म्हारवाड्यापासनं ते राजवाड्यापावतर! भ्येदभाव न्हाई. अशा घरात लेक दिली. त्ये बरंच क्येलं म्हना ! पर —''

''काय?''

''लिवू नका, पर लई पोरवडा हाय घरात. सक्कं सावत्र- पाच-पंचवीस मानसांचा जौंधाळा बगा. सावत्र नंदा, सावत्र कुटुंबं, पोरंटोरं, गडीमानूस, बाया, मजूर, दोघी-तिघी सासवा, दोनी आज्यांच्या म्हायरची मानसं अवो म्हैना, म्हैना, मुक्कामाला. पर माज्या लेकीनं ब्र न्हाई काहाडला. जशी आपली लेकरं तशी नंदांची. दिसभर पदर बांदून हुभीच्या हुभी. ज्येवायला पन कंदी कंदी भेटायचं न्हाई यवढी कामं. पन कधी तकलार न्हाई का चेऱ्यावरचं हासू पुसलं न्हाई. माहेरी यायला सवड नसायची. त्या घराची खरी लक्षुमी!

''घरच्यांचं जाऊ द्या; काम करणारं गोरगरीब त्यांची बी लई सय तिला. त्यांना खाऊ-पिऊ घालंल, गोरगरिबांचा संसार हुभा करून दील अशी गुनाची.''

ऐकलं होतं ढीगभर. आता प्रत्यक्ष पाहणार होते. नाही म्हटलं तरी जीव दडपला होता. अशी बाई आपल्याशी नीट वागेल? बोलेल? आणि तिच्यावर नजर ठेवणारी सासू? कडकच असणार. दोघींना बोलतं करायचं. खरं तर माझीच परीक्षा होती.

मी दालनात शिरले. वाड्याचं बाह्यरूप पेशवाई काळचं असलं तरी अंतरंग मात्र ऐंशीच्या दशकातलंच होतं. कोच, खुर्च्या, टेबल, सोफा-सगळं आधुनिक. त्यातल्या त्यात बरं वाटलं. तेवढ्यात एक गौर वर्णाची, शेलाट्या अंगाची, मध्यम वयाची स्त्री पुढं झाली.

''या... या. बरा झाला प्रवास?''

''हो.''

''बरे आहेत आमचे दादा?''

''अं? हो.'' इथं आईपण मुलाला 'अहो'नंच संबांधत होती.

''बसा ना! या बाईसाहेब, माझ्या सासूबाई.'' मी त्यांना वाकून नमस्कार केला.

''बसा. कसं काय येणं घडलं?''

''मी दादामहाराजांच्यावर लिहायचा विचार करतेय.''

''कशासाठी?''

''मी लेखिका आहे. साधू, महाराज, बैरागी हे विषय मी आजवर कटाक्षानं टाळलेत. चमत्कारांवर माझा विश्वास नाही. पण महाराज वेगळे वाटले. जीवनाचा, सत्याचा शोध घेत निघालेले. त्यांची बरीच माहितीही जमवलीय. घरदार-ऐश्वर्य-ऐहिक सुखं यांचा त्याग करून वेगळ्या वाटेनं निघालेल्या या तरुणाचं बालपण मला समजून घ्यायचंय. या मार्गानं ते का गेले? त्यांना ऐहिक सुखांचा त्याग करावासा का

वाटला? या रहस्याची मला उकल करायचीय. तुम्हा घरच्यांना हे मान्य होतं का? त्यांना दृष्टान्त वगैरे झाला का? की बालपणापासून–''

''किती प्रश्न हो तुमचे? आम्ही शिकलेली माणसं नव्हे. एकेक करून विचारा. जमेल तसं सांगू.'' बाईसाहेब बोलल्या.

तेवढ्यात पांढरी टोपी, विजार, सदरा या पोशाखातले पोलिसपाटील आत आले. डोईवरचा पदर सांभाळत ताईसाहेब उभ्या राहिल्या. ते थोडंसं हसून म्हणाले, ''बाईसाहेब, त्यांचं गूळ-पाणी झालंय की लगेच अभ्यासाला सुरुवात?''

''आण्णा, काळजी नको बिलकूल. त्या ढीगभर बोलल्या. पण मी उत्तर कुठं दिलं? आल्यासारख्या दोन दिवस ऱ्हातील. ओलं-सुकं खातील, घराची ओळख करून घेतील. मग पुढं.''

''आमच्या आईसाहेबांच्या ताब्यात आहात. आरामात राहा. आपलं घर समजायचं. दादांचं पाव्हणं म्हणजे काय; विचारायलाच नको. बसा. येतो आम्ही.''

माझ्या लक्षात आलं, हा पोलिसी रुबाब नव्हताच. हे कर्त्या पुरुषाचं बारीक लक्ष, अगत्य, दादामहाराजांविषयीचं अतीव प्रेम या सगळ्या भावना एकवटल्या होत्या.

प्रवासात ड्रायव्हर बोलला होता, ''यांचं याही म्हंजे आण्णांबद्दल सांगतो; लाख माणूस! या पंचक्रोशीत असा उमदा गडी भेटायचा नाय. गरिबांचा वाली. क्यवढी घरं हुबी करून दिली! लोकान्ला काम दिलं. अन्न-पानी दिलं. मदतीला सतत पुढं. देवाचं तर किती करत्यात. वर्सातलं दोनदा तर गावजेवाण असतं बगा. जे आपण जेवतील तेच दारच्या गरिबास्नी वाढतील.

''माय बी तशीच. ताईसायब तसूभर काही कमी न्हाईत. ही दोन मानसं म्हंजी अख्ख्या गावची शोभा. लक्ष्मी-नारायण जसं!''...

थोडी थारावल्यावर मी ताईसाहेबांना म्हणाले, ''आपल्या चिरंजीवांबद्दल सांगा.''

''काय सांगू? ते असं स्वप्नातलं माणूस दिसावं तसं येतात आणि निघून जातात. ते आता आईचे थोडेच आहेत? सगळ्या जगाचे आहेत!''

''त्यांच्या बालपणाबद्दल सांगता?'' तेवढ्यात त्यांच्या सासूबाई म्हणाल्या, ''तुम्ही जरा आतलं बगा. त्यांच्या जेवण्याखाण्याचं. मी बोलते बालपणचं.'' ताईसाहेब हसत आत वळल्या. आता तारेवरची कसरत माझी होती.

''ह्ये बगा, असं घाईत काहीच सुधरायचं नाही. जेवणं उरकू देत. मग बसू की निवांत, कसं?''

मी मान हलवली अन् बॅग उचलून मला दाखवलेल्या खोलीकडं वळले.

७

ते घर ‘दादा’ या उच्चारानं वलयांकित झालं होतं. त्यांचं मोठेपण, त्यांच्यामुळं अध्यात्मातल्या मान्यवरांचं जाणं-येणं, घराण्याचा सन्मान अधोरेखित होणं, यज्ञ-याग-अन्नदान वगैरे.

मान्य! पण यातून माझ्या शंकाचं निरसन होतं नव्हतं. जेवणाचा थाट झाला. मी अस्वस्थच होते. दुपारी बाईसाहेब मोकळ्या बघून मी त्यांच्या खोलीत शिरले.

“महाराजांच्या बालपणाबद्दल आक्कांकडून थोडं कळलं.” हातातलं काम बाजूला ठेवून त्या सारख्या होऊन बसल्या. म्हणाल्या, “अडीच महिन्यांचं पोर घेऊन चंद्रकला घरी आली. अहो, आमचा कुलदीपक. बारसं आमच्याजोगं व्हायला नको?”

“हवं तर!”

“आता कसं बोललात! तर बघा, आमच्या घराण्यात कुणी साधू-स्वामी-महाराज नाही. हेच कसं वेगळं निघालं? इकडं चंद्रकला आली तर तेवीस ब्राह्मणांनी पत्रिका केल्या.

“त्यावेळी गोपीचंद भारती हे गोसावी आले होते. ते रमल विद्येत पारंगत होते. त्यांनी पहिली पत्रिका केली. ती बघा, दीड किलो मीटर लांब आहे.”

“मला बघायला मिळेल?”

“तुम्हाला त्यातलं बी कळतं?” मी मानेनंच नकार दिला.

त्या हसून म्हणाल्या, “आण्णाकडं संदूक आहे. बघून घ्या पायजे तर. सगळं मोठं मोठंच सांगितलं. आमचे कुलोपाध्याय मल्हारराव जोशी. त्यांनी ‘रुक्मांगद’ नाव ठेवलं. पण ते सगळ्या जगाचेच दादा

झाले. तेव्हा राष्ट्रसंत पाचलेगावकर महाराज आले होते. त्यांच्या मांडीवर घातलं यांना. त्यांनी बाळाचं तोंड बघितलं आणि मला म्हणाले, 'सरस्वती, हा मुलगा तुझ्या हातून सुटला असं समज.'

'वेदमूर्ती महादेव' पाठक यांच्या मंत्रपठणात पहिली अंघोळ झाली बाळाची. एका बाजूला बँड वाजत होता. म्हणजे राजयोग, तर दुसऱ्या बाजूला मंत्रपठण. बाळावर ते संस्कार झाले.''

''सोहळ्याबद्दल आक्कांकडून ऐकलंय सगळं.''

''अस्सं! तर बघा, दोन वर्षांचा होता तेव्हा एक कुडमुड्या जोशी आला होता. त्याला सूपभर दाणे घातले. तर म्हणाला, ''हा तुझ्या हातचा काढून कोंडणात घालणार याला.''

''म्हणजे?''

''म्हंजे ३॥ वर्षांचा असताना त्याच्या बापानं नेऊन पुण्याच्या विंग्रजी शाळेत घातला. सहा-सहा महिने लेकराचं तोंड काय दिसायचं नाही. त्याला घरचं अन्न आवडायचं. बाहेरची चव नव्हती. पण आण्णाचं म्हणणं, 'आमचं शिक्षण पुरं झालं नाही. घर अंगावर पडलं. याला शिकू द्या. मोठा होऊ द्या.' ते मोठेच झाले.''

''लहानपणची एखादी आठवण असेल की!''

''पुष्कळ आहेत... तेव्हा आम्ही परळीला होतो.''

''का बरं?''

''इथं खेड्यात शिक्षण धड नाही. आण्णा म्हणाला, पहिलं शिक्षण चांगल्या ठिकाणी होऊ द्या. मग याला घेऊन गेले. परळीला घर केलं. तिथल्या 'लिट्ल फ्लावर स्कूल'मध्ये नाव घातलं. आमचं राहणं सुरू झालं. एकदा डब्यात फोडणीचा भात दिला. भाजीची वाटी रिकामीच. मला चैन पडेना. म्हटलं, काय जेवला असेल? पोट तरी भरलं असेल का?

''रात्री जेवताना म्हटलं, अरे तुझ्या डब्यातली भाजीची वाट रिकामीच राहिली. तर ते अंगठ्यायवढं पोरं म्हणलं, 'रिकामी कुठं? तुमच्या मायेनं भरली होती की!' त्याचं बोलणं असंच होतं बघा. मी हरिपाठ म्हणायची. ऐकूनच त्याचंही पाठ झालं होतं.

''त्याचं खेळणं, सवंगडी, अभ्यासाची वेळ, खाणं सगळं शिस्तीत लावून दिलं होतं. वाचनाची खरी गोडी त्याला तिथं लागली. लहान वयातले ते संस्कार आज फळाला आले.''

बोलता बोलता आजी आडव्या झाल्या. मी ताईसाहेबांच्या दालनात डोकावले.

"विश्रांती नाही घेत? सारख्या कामात–"

"काम कुठं? एवढे नोकरचाकर आहेत. काहीतरी काम काढते. शर्टांना गुंड्या लावायच्या होत्या. राहून जातं बाकीच्या धावपळीत."

बोलत बोलत मी टेकले. "बाईसाहेब कडक वाटतात."

"जुनं माणूस आहे. कडक वाटल्या तरी माया खूप आहे. फणसासारख्या. लहान वयात यजमान गेले. हे तेव्हा चार वर्षांचे होते. पंधराव्या दिवशी बाई डोळे पुसून उभ्या राहिल्या. एवढी शेती, आमराई, एवढं मोठं राहतं घर; पण डगमगल्या नाहीत. पदर घट्ट बांधून घोड्यावरून पाहणी करायच्या. एका गड्याची टाप नव्हती वर मान करून बोलायची. चेहऱ्यावर करारी तेज आहे बघा. तरुण वय, नेटकं रूप पण रडत नाही बसल्या. त्यांनी कसं निभावलं, मुलांना वर आणलं, वैभव वाढवलं त्यांचं त्यांनाच ठाऊक. व्रतं तरी किती करायच्या! गोपद्म व्रत, नवरात्राचं व्रत, बिल्व लक्ष व्रत. गोशाळेत, गंगातीरी, शिवमंदिरात लाख लाख वाती प्रज्वलित केल्या. अन्नदान तर हजारो लोकांना- गोरगरिबांना आणि तेही सगळ्या कुटुंबासाठी."

"आता तुमच्यावर जबाबदारी आहे."

"जबाबदारी कसली? त्यांनी घालून दिलेली शिस्त आणि नियम यावर तर आजवर घर चाललंय. त्या म्हणजे या घराचं जागतं दैवत!

"आता थकल्यात. सगळ्यातनं मन काढून घेतलंय. रोज दोन वेळा हनुमान मंदिरात जाऊन येतात. हरिपाठ, ज्ञानेश्वरी, तुकोबांचे अभंग हे चालूच असतं. जीव आहे तो दादांवर!"

"एक विचारू?"

"विचारायलाच आलात तर नि:संकोच विचारा."

"दादामहाराज बालपणापासून तुमच्यापासून दूर दूरच राहिले. तुम्हाला पटलं?"

"पटण्याचा प्रश्नच नाही. मालक विचार करतात तो सगळ्यांच्याच भल्याचा. मला आधी समजून सांगतात. त्यांच्या शब्दाबाहेर मी नाही.

"दादा साडेतीन वर्षांचे होते तेव्हा त्यांना पुण्याला 'नॅशनल मॉडेल स्कूल'मधे ठेवलं. एन.डी. नगरवाला आणि इरिन नगरवाला यांची शिस्त कडक होती. आगज्या दहा माणसांच्या कुटुंबात ती शिस्त लागणं तसं कठीणच होतं. अभ्यासाला वळण लागणंही कठीण. त्याचं पुढं भलं व्हावं या विचारानंच तर हा निर्णय घेतला होता."

"त्यावेळच्या काही आठवणी? कारण त्या कॉन्व्हेन्ट स्कूलमध्ये अध्यात्माचे धडे मिळणं शक्यच नव्हतं–"

"आपले काही चुकीचे समज असतात. देशप्रेमाचं बाळकडू, उत्तम नागरिकत्वाचे

धडे त्यांना तिथंच मिळाले. शिवाय इरिन मॅडम त्यांना मातेसमान होत्या. दादांनी तेव्हा लिहिलेल्या डायऱ्या, अंक सगळं एका ट्रंकेत आहे. पाठवते तुमच्या खोलीत.''

''थँक्स. त्यांच्या जडणघडणीचा मोठाच खजिना असेल तो. पण—''

''काय?''

''ताईसाहेब, इरिन मॅडम आईसमान होत्या, आई नव्हे. आई तर कोसो दूर. तुम्हाला स्वत:ला हे रितेपण जाणवलं नाही? आणि साडेतीन वर्षांचं, मायेच्या उबेत वाढलेलं ते पोर, त्याच्या मनाचं काय? आणि तुमच्या...?'' मी एकदम बोलायची थांबले. तो नाजूक चेहरा गोरामोरा झाला. अनेक वर्षांपूर्वीच्या त्या घटना त्यांच्या डोळ्यांच्या कृष्णमंडलावर थरथरत होत्या आणि अखंड संयम त्या दु:खाला पापण्यांच्या काठावरच रोखून ठेवत होता.

''त्याचं उत्तर तुम्हाला 'डाऊन इन द मेमरी लेन'- या त्यांच्या अंकात मिळेल. आणि बघा, त्याच्या कल्याणाकरता त्याला जर दूर ठेवलंय, तर आपणच टिपं गाळून कसं चालेल? त्याचं मन दुबळं नाही होणार? आईला सगळंच सांभाळावं लागतं.''

''खरं बोललात. लहान वयात मुलं दुरावली की ती कायमची दुरावतात, नाही?''

''शेवटी आपण जन्म देण्यापुरतेच असतो. माझं राहू दे. आपण मोठं उदाहरण घेऊ.

''देवकीनं कृष्णाला जन्म दिला. पण तो गेला ना कड्याकोयंडे तोडून? तिथंच राहता तर? अहो, तो जगाचा होता. तो यशोदेचा होता, पेंद्याचा होता, राधेचा होता, मीरेचा होता, गोप-गोपींचा होता, गवळणींचा होता– अख्ख्या गोकुळाचा होता, देवकीचा नव्हता आणि होताही... मी एवढंच म्हणते,

'देवकी परमानंदम्
कृष्णं वंदे जगद्गुरु ।।'

जो जगाचा आहे, त्याला आपल्या हाताचं कुंपण कशाला घालायचं?'' या मातेनं किती पापणीआड लोटलं असेल, मनाला केवढा बांध घातला असेल या विचारानं मी मुद्दामच विषयाला मुरड घातली. अधिक ताणणं नको. ''ताईसाहेब, तुमच्या वृत्तीतला हा समंजस शांतपणा दादामहाराजांच्यात उतरलाय का? चेहऱ्यावरून ते खूप शांत वाटतात. मला वाटतं, आण्णासाहेब तसे नसावेत. पुरुष नेहमी आपला शब्द खरा करतात.'' त्या फक्त हसल्या. म्हणाल्या, ''घरातले संस्कार मुलांना

घडवतात ना! बघा, एक लहानसा प्रसंग सांगते;

"एकदा दादा कुणाच्या घरी मुक्कामाला होते. घर मुला-माणसांनी भरलेलं. धाकटा श्रावण अभ्यास करत होता आणि मधेच हुंदके देऊन देऊन रडायला लागला. सगळे धावले. 'अरे काय झालं? का रडतोस? तुला उत्तर येत नाही का?"

"येतं..."

"लिहायला जमत नाही का?"

"जमतं..."

"अरे मग रडतोस का?" प्रश्न-उत्तरं संपत नव्हती. पोरगं रडायचं थांबत नव्हतं. शेवटी घरातल्या एका वडीलधाऱ्यानं त्याचा कान खेचला की! पोर असं विव्हळलं!

"शेवटी दादांना राहवेना. ते आत आले. त्यांनी सर्वांना बाहेर जायला सांगितलं. श्रावणला जवळ घेतलं. त्याच्या पाठीवर हळू थोपटत म्हणाले, 'मला सांग, तू का रडतोस? तुला उत्तरं आठवत नाहीयत का?"

'मला सगळं येतं.'

'वा! मग रडतोस का? तुला कुणी रागावले का? हे बघ बाळा, रडायचं नाही मुळीच. तुला दादा आवडतो की नाही?' मग दादांजवळ सरकत तो म्हणाला,

'तुम्ही मला खूप आवडता.'

'हो ना! मग काय झालं सांग बरं!'

'हे बघा दादा महाराज, Shivaji was such a great king ना?'

'हो ना!' दादा हसत म्हणाले.

'मग मला सांगा, अशा ग्रेट ग्रेट राजाला 'डाईड' असं म्हणतात का? मी नाही म्हणणार'... आणि तो दादांच्या मांडीवर डोकं ठेवून रडायलाच लागला. एवढ्या लहान वयात शिवाजीराजांबद्दलचं त्याचं प्रेम बघून दादा थक्क झाले. त्यांनी श्रावणला हृदयाशी घट्ट धरलं आणि म्हणाले, 'बाळ, तू म्हणतोस ते अगदी बरोबर आहे.'

लहान वयात मुलांच्या मनावर थोरांची चरित्रं ठसवणारे गुरु किती थोर असतील हे दादांनी त्याला आणि घरच्या मंडळींना पटवलं. दादांनी किती गोड शब्दांत त्याची समजूत काढली असेल ते त्यांनाच ठाऊक. ही आठवण मी त्यांच्याच तोंडून ऐकली. फार सरळ आणि सहृदयी आहेत आमचे दादा."

"आईसारखेच ना!" मी हसत म्हणाले आणि उठलेच.

"मागल्या दारी कामं चाललीयत वाटतं?"

“हो. शेंगा फोडतायत. बेगमीची कामं आताच करावी लागतात ना!”

“बघू जाऊन?” मी परवानगी मागितली.

“जावा. जावा. माझ्या आधीपासून त्या या घरातल्या आहेत.” ताईसाहेबांनी संमती दिली.

मागील दारी बायका शेंगा फोडत बसल्या होत्या. मी सहज एक शेंग तोंडात टाकली. गंगूबाई पटकन् उठली आणि आतून गुळाचा खडा आणि पाणी घेऊन आली. जैतुनबी म्हणाली. “थांबा, खुर्ची आणते.”

“नको ग, मी इथंच टेकते. गार बरं वाटतं.” तरी माझ्यापुढं बसकूर टाकलंच.

“बाईसाहेबांच्या आमदानीपासून तुम्ही तिघी इथं आहात म्हणायच्या.”

“तर! मालक होते तवाचा थाट बगण्यासारखा. पन त्येंच्या माघारी बी बाईसायब कुट्टं कमी नाही पडल्या बगा. सनावारी अन्नाचं क्यवढं वाटप केलं!

“म्हनायच्या, तुमी यवढी कामं उचलता म्हून आमी आनंदात ऱ्हातो. आमाला कधी अंतर दिलं न्हाई बगा.” काशीबाई पुढं होत म्हणाली.

“लग्नं तर किती गरिबांची लावून दिली! बाळतपणं केली. कुटला बी सण असो, गरिबाच्या तोंडी गोड घास पडायलाच पायजे बगा.” तिघी हिरीरीनं गुणगान गात होत्या.

“मग दादा महाराजांच्या आई कशात नसतात वाटतं?” त्यावर तिघी हसल्या.

“बगा बाई, ताईसाहेब म्हंजे देवाफुडची समई! आमच्या गोरगरिबांकडं सनवार त्यांनी सुरू केले. म्हनायच्या, तुमच्या घरी बी आना ग, गौरी-गनपती. आम्ही म्हनायचो, आमच्या घरी च्या-साकर न्हाई तर ग्वाड कुटनं आनायचं? तर बगा, गुपचूप पुड्या बांदून द्यायच्या. आपल्या, बाईसायबांच्या साड्या द्यायच्या. माठ, जुनी भांडी द्यायच्या. ताईसायबांचा हात मोटा.

“तुमास्नी सांगतो. आमच्या झोपडीत कुनाकडं लगीन असंल तर पैलं अवतन ताईसायबांना. त्येस्नी ब्यँड लावूनशानी लग्नाला न्यायचं. लई उपकार हैत त्येंचं. या लोकांच्या जीवावरच आमची घरं हुभी ऱ्हायली. आज आमची तिसरी पिढी यांच्या अन्नावर पोसलीय. अन्नास्नी आन् ताईसायबास्नी द्येव उदंड आऊक्ष द्येवो!”

खाल्ल्या अन्नाला जागलेल्यांची ही कृतज्ञ पोच होती.

उन्हं कलली होती. पाय मोकळे करायला हनुमान मंदिरापर्यंत जायचा विचार करून मी बाहेर पडले.

बाभळगाव तसं खेडंच. सबंध गावात हे एकमेव मंदिर. पुरातन. दीड-दोन हजार वर्षांपूर्वीचं. लाटे पाटलांची ही अकरावी पिढी, ज्यांनी अखंड नंदादीप तिथं तेवत ठेवलाय. मारुतीचं नवरात्र, महाप्रसाद, सगळं यांच्यामार्फत होतं. मात्र देवळात हरिजन-गिरिजन, ब्राह्मण, शूद्र, मुसलमान– सगळे त्याच श्रद्धेनं दर्शनाला जातात. रामनवमीपासून हुनमानजयंतीपर्यंत गावकरी उपवास धरतात आणि मग महाप्रसादाचं गावजेवण लाटे पाटलांकडून दिलं जातं.

हा इतिहास ऐकून मी कुतूहलानं मंदिराकडं पोचले. मूर्ती स्वयंभू आहे. पाषाणाचा तो सुळका मूळ कोणत्या रंगाचा असेल कोण जाणे, आता मात्र तो पूर्णपणे शेंदरी दिसत होता. मूर्ती साधारण ३-३॥ फुटाची असावी. ती खालून वर आली आहे. दर्शन घेऊन मी गाभाऱ्यातून बाहेर आले तर आतच प्रदक्षिणेचा मार्ग आहे. ते पूर्ण दगडी बांधकाम आहे. साधारण २०×१७ चा तो मार्ग असावा. समोरच दीपमाळ आहे. भिंती गेरूनं सारवलेल्या दिसल्या. दादामहाराजांचं हे उपास्य दैवत. ते रामदासी असल्यानं मारुतीराय त्यांचं दैवत असणारच. मी थोडा वेळ तिथंच टेकले. बायका दर्शनाला जात-येत होत्या. एक-दोघी माझ्या शेजारी टेकल्या. कुठच्या, कुणाकडं आलात वगैरे प्रश्नोत्तरं झाली. एक आख्यायिका ऐकायला मिळाली. इथून काही अंतरावर तपोवन नावाचं ठिकाण आहे. तिथली नदी पावसाळ्यात भरून वाहत असते. पात्राच्या खाली शिवमंदिर आहे. तिथं हारीनं चिंचेची झाडं आहेत. शिवलिंग पाषाणाचं आहे. असं म्हणतात, की, ते शिवलिंग आणि मारुतीची मूर्ती एका पाषाणातून कोरलेल्या आहेत. जमिनीआतून हे पाषाण जोडलेले आहेत.

या आख्यायिका! यातलं सत्य पडताळण्यापेक्षा कथाभाग समजून घ्यावा. बरं वाटतं. अनायासे गप्पा चालूच होत्या, म्हणून पाटील मंडळींबद्दल चौकशी केली. आण्णांचं दातृत्व, सहृदयता, गावकऱ्यांवर पित्याच्या दक्षतेनं ठेवलेली नजर आणि पुढं केलेला मदतीचा हात या गोष्टी ऐकायला मिळाल्या. त्रयस्थांकडून हे ऐकायला मिळणं मला महत्त्वाचं वाटलं. दादामहाराजांच्यावर कोणते संस्कार झाले असतील याचाही अंदाज बांधता आला.

परतले तेव्हा दिवेलागण झाली होती. बाईसाहेबांच्या खोलीतून उदबत्ती-कापराचा मंद वास दरवळत होता. त्याची सोबत घेऊन किंचित् कातर स्वरातलं गुणगुणणं कानावर येत होतं. माझी पावलं थबकली. शब्द स्वच्छ ऐकून येत होते-

"हृदयाच्या कोंदणात, लावियली सांजवात
रत्न सप्त समईत, प्रेमाची तेल-वात
काढू अज्ञानाची काजळी, राम नाम दीप उजळी

शुद्ध सत्त्व चैतन्यात, लावियली सांजवात...'

-०-०-

हे घर वेगळं होतं. अशा घरात दादामहाराजांसारखा मुलगा जन्माला यावा यात नवल ते काय?

घराची संस्कृती केवळ घरातल्या माणसांवरून कळते असं नाही. त्या वास्तूला अर्थ येतो तो तिथं वावरणाऱ्या माणसांमुळं.

घरातल्या त्या तिघी कामकरणी. जैतुनबी मुसलमान, पण परंपरेनं या घरात केरवारे, भांडी करणारी. या घराचा घटकच. गंगूबाईच्या नवऱ्याला तर महारोग लागलेला. गाव त्यांना स्वीकारणं कठीणच. पण त्याची बायको या घरात राबणारी. तिला बेघर कसं करायचं? मग बाईसाहेब तिच्या नवऱ्याला म्हणाल्या, "हे बघ, आमची आमराई आहे. तिथंच झोपडी बांधून राहा. राखण करायचं काम कर. गुरं-ढोरं घुसू नयेत, चोरी होऊ नये एवढं बघ. तुला अन्नाला कमी पडणार नाही. ती जबाबदारी आमची."

काशीबाई तर परीट समाजाची. धुणं, कपड्यांच्या घड्या करणं, इस्त्री करणं ही तिची कामं. पण पिढ्या न् पिढ्या वाड्याशी जोडलेली.

नवनाथ धनगर वाड्यातला. पोरका. त्याला चौथ्या वर्षापासून ताईसाहेबांनी सांभाळलं. अठरा वर्षं तो या वाड्याच्या छायेखाली वाढला.

आत्मा हरिजन वाड्यातला. आई गेली. लेकरू उघडं पडलं. अडीच वर्षं ताईसाहेबांनी त्याचं जेवणखाण, कपडालत्ता सगळं सांभाळलं तेव्हा कुठं त्याच्या सावत्र आईनं स्वीकारलं. आजही तो कृतज्ञतेनं ताईसाहेबांची आठवण काढतो. अशा किती गोष्टी ऐकायला मिळाल्या.

जेवणं आटोपली तेव्हा किती वाजले होते कुणास ठाऊक. वाडा रग पांघरून झोपल्यागत वाटत होता. आसपास सामसूम. खेडेगावात निजानीज लवकरच होते. पुन्हा झुंझुरक्याला उठून कामाला लागायचं असतं.

मी खोलीत शिरले. घड्याळात बघते तर काटा ८।। वर सरकला होता. ताईसाहेब येऊन हवं-नको विचारून गेल्या होत्या. आता मी, आणि आठवणी पोटाशी घेऊन बसलेली ती ट्रंक.

नुसत्या आठवणी एवढा मर्यादित अर्थ नव्हता. घरापासून दूर गेलेला साडेतीन वर्षांचा तो चिमणा जीव कसा राहिला असेल? घरापासून, मायेच्या छत्रापासून दूर जाऊन शिस्तीच्या कोंदणात स्वतःला कसं सामावून घेतलं असेल? तिथल्या जीवनाशी एकरूप झाला असेल का? घरापासून तुटला तर नसेल? आणि

ताईसाहेबांनी हे सगळं कसं पचवलं असेल? तशा त्या बोलल्या मोकळेपणी, पण त्यांच्यातली आई कदाचित् मला इथं वेगळ्या स्वरूपात भेटेल.

मी ट्रंक उघडली. पुस्तक होतं, 'डाऊन इन् द मेमरी लेन' लेखक, चंद्रतनय (अनिल लाटे). छापील ४२ पानं, डेमी साईज. १९९६ मध्ये त्या आठवणी प्रसिद्ध झाल्या होत्या. अगदी समारंभपूर्वक. ख्यातकीर्त डॉ. बानू कोयाजी यांच्या हस्ते, अध्यक्ष होते मान्यवर ॲड. एस. जे. चिनीवाला (मुंबई हायकोर्ट). एका तरुण मुलानं आपल्या मातृहृदयी गुरु इरिन नगरवाला यांच्या जागवलेल्या स्मृती. बालपण, शाळा, शिक्षक, स्वत:चं घडणं- आकार घेणं या सर्व घटनांतून विद्यार्थी-शिक्षक यांच्या नात्याचा एक सुरेख आलेख तयार केलाय. आपल्या गुरु इरिन यांचा उल्लेख अनिलनं माँसाहेब असाच केलाय.

वाचता वाचता मी मध्येच थांबले. आई आणि तिचं चिमुकलं यांच्या मनातली उलघाल व्यक्त करणारा मजकूर-

"आई-आण्णा मला डॉरमेटरीमध्ये सोडून गेले. ते दूर जाईपर्यंत खिडकीतून मी पाहात होतो. मी आईला दिसत नव्हतो पण आई मला दिसत होती. आपल्या साडीच्या पदराने ती डोळे टिपत होती. सतत मागे वळून पाहात होती. एका हाताने पदर सावरत होती. जड पावलांनी चालत होती. मलाच राहवले नाही. मी खिडकीतून हात बाहेर काढला तो तिला टाटा करण्यासाठी. मागे वळून तिने तो माझा हात, डबडबलेल्या डोळ्यांनी, अंधाराची चाहूल लागली असतानादेखील अचूक पाहिला नि पुन्हा चार पावलं मागे आली. मला रडू आलं. आईचे शब्द, "दिवाळीला लवकर घरी ये." मुखमंडलावरून फिरवलेल्या तिच्या हाताचा मायेचा स्पर्श, तिच्या ओठांचा माझ्या गाली दिलेल्या चुंबनाचा मृदू गोड स्पर्श नि आशीर्वादाचा हात उंचावत उभ्या असलेल्या आईचे दर्शन... पण दिवाळी येईपर्यंत होणारा वियोग सहन होत नव्हता. हात तोंडावर झाकलेले. मी रडत होतो. खिडकीतून बाहेर पाहात होतो. डबडबलेल्या डोळ्यांमुळे काही दिसत नव्हते. त्यात काळोख पसरत होता. डोळे शर्टाच्या बाहीने पुसले. पुन्हा बाहेर पाहिलं. आई-आण्णा दूर गेलेले दिसत होते. पुढे अंधारामुळे पाहणेच बंद झाले. रात्री उशिरापर्यंत आईचा गोड चेहरा समोर येत होता. तिचा प्रेमळ-निर्मळ स्पर्श जाणवत होता. आईचे स्मरण होत होते. बालबुद्धीला त्यावेळी समजलेले तिचे अनंत उपकार आठवत होते. तिची सात्त्विक मूर्ती पुढे दिसत होती.

"साडेतीन चार वर्षांचा असताना मी या शाळेत दाखल झालो. पहिले तब्बल दोन महिने आई-आण्णांसाठी रडण्यात गेले. सतत रडण्याने डोळ्यास त्रास होई. पाणी येणे बंद झाले. अश्रूच आटले. आईच्या प्रेमळ मायेची छाया त्याला कारण

होती. कधी तिच्या मांडीवर डोके ठेवून झोप घेत असे, कधी मजेनं पाठीवरून गळ्याला मिठी मारून बसत असे, तर कधी तिच्या कुशीत रडत असे, तर कधी हट्टानं रुसून बसे. कधी आईच्या अनंत विनवण्या झाल्यावर बोलत असे तर कधी तिच्या ताटातील दोन घास खात असे. जेवण करून अंगणात खेळत असे तेव्हा आई जेवणाला बसत असे- मला भूक लागली असावी असे कल्पून पुन्हा दोन घास खाण्यास हाक मारीत असे. हीच माझी आई मला घेऊन जाण्यास येईल म्हणून वाट पाही. शेवटी डोळे थकून गेले नि आपल्याला आता येथेच राहावे लागणार हे बालमनाला कळू लागले. मनात नसूनही आई-आण्णांच्यापासून दूर राहण्याची सवय लावून घेतली.

"पुढं वर्गातील स्नेह्यांमध्ये मिळून मिसळून राहू लागलो. बोबड्या उच्चारानं राष्ट्रगीत गाऊ लागलो. हसू लागलो, खेळू लागलो, बागडू लागलो, भांडणही करू लागलो, अधून-मधून आई-आण्णांच्या आठवणीनं मन व्याकूळ होई. अंत:करण त्यांच्या भेटीसाठी सतत तीळतीळ तुटत असे. त्या रात्री झोप लागत नसे. पांघरूण घेऊन इतका रडत असे की अक्षरश: मला हुंदके यायचे. पण मी ते दाबून ठेवायचो. रात्री उशिरा झोप लागायची ते कळायचंही नाही. पण दुसऱ्या दिवशी वर्गात झोप यायची. सुदैवानं शिक्षिका प्रेमळ होत्या. मला जागं करायच्या, मला हसवायच्या नि झोप पळून जायची. असे हे बालपण. पुढं प्रथमच घंटेच्या तालावर नाचायला शिकले, नाचू लागले.

"सकाळी पाच वाजता उठणं; शौच, मुखमार्जन, स्नान करणे, सहाला नाश्ता करणे; जेवताना बोलायचं नाही, तोंड मिटून जेवायचे, ताटातील सर्व पदार्थ संपवायचे, वर्गात जाणे, गृहपाठ करणे, रात्री खूप वेळ जागायचे नाही, अशा तऱ्हेच्या कसरती व कडक नियम. शेवटी थोडीही शिस्त मोडली तर कडक शब्दांत कानउघडणी केली जाई. असा हा बालकारावास!

"स्वच्छंदपणानं बागडणं ही बालसाम्राज्यातील मुक्तता; जिथं कुठली जबाबदारी नाही, डोक्यावर कुठलं ओझं नाही, निष्काळजी वृत्ती हा माझा आनंद हळूहळू मावळतीला जाऊ लागला. मन त्या परिस्थितीस अनुकूल राहण्यास झटू लागलं. अभ्यास करण्यासाठी गुरुजी मागं लागतं. पुढं परीक्षा होत असे. सर्वच कसं शिस्तबद्ध टापटिपीचं."

पारशी जमात मुळातच शिस्तबद्ध. टापटीप, सेवाभावी, सौंदर्यपूजक. त्यातून नगरवालांसारखं दाम्पत्य– नॉश नगरवाला व इरिन गुरु म्हणून लाभणं हे त्या विद्यार्थ्यांचं भाग्यच! ते भाग्य वाट्याला आलेल्या अनिलनं इरिन मॅडमविषयी

कृतज्ञतेनं आणि प्रेमानं भरभरून लिहिलं असेल तर नवल नाही.

तसा तर त्याच्या सर्वच शिक्षकांविषयी त्याच्या मनात आदरभाव आहे. इरिन मॅडमच्या आठवणी तो दाटून आलेल्या मनानं जागवतो आहे.

'नियतीनं माझी दोन मुलं हिरावून घेतली म्हणून काय झालं?' अशाप्रकारे धीरोदत्त चिंतन करूनच त्यांनी हजारो, लाखो मुलांना स्वत:ची मुले मानून ही संस्था वाढवली. प्रत्येक विद्यार्थ्याकडं त्या याच जाणिवेतून पाहत असत. मुलांची जडणघडण करून त्यांना संस्कारक्षम बनवणं म्हणजे अगदी सामान्य गोष्ट आहे, असं मात्र कोणीही समजण्याचं कारण नाही. माँसाहेबांनी ही गोष्ट मात्र एखाद्या व्रतस्थ स्थितप्रज्ञासारखी स्वीकारली– नव्हे अंगीकारली. त्याच्या त्या पवित्र आविष्कारातूनच आम्हाला– मला माझे जीवन सुसह्य वाटते, सार्थकी लागल्याचे समाधान मिळते.

"माँसाहेबांनी आम्हा सर्वांची विद्यार्थिदशेतील केलेली सेवा आजही आणि उद्याही चिरंतनकाल स्फूर्तिरूपाने आमची सोबत करीत तर राहीलच, पण माँसाहेबांचे आशीर्वाद सदैव आम्हा सर्वांना प्रेरणादायी व स्फूर्तिदायी मार्गदर्शक असतील यात मला तीळमात्र शंका नाही. माँसाहेबांच्या पवित्र स्मृतींचा नंदादीप अखंड माझ्या मनश्चक्षूसमोर तेवत राहणार आहे हेच मी माझे सद्‌भाग्य समजतो."

-०-०-

दार वाजलं. "अजून जाग्या आहात? एक वाजून गेला."

"आटोपलंच. उद्या जायला हवं, त्यापूर्वी नजरेखालून घालतेय." त्या हसून म्हणाल्या. "आम्हाला काहीच अडचण नाही. राहा दोन दिवस."

"नको. कामं पडलीयत. जायलाच हवं. शाळेतले दिवस लक्षात आले. आता काही कॉलेजच्या वयातल्या सुट्ट्या नोंदी आहेत. आत्ताच 'तात्या' नाव वाचनात आलं–"

"ते जगाचे तात्याच होते. अगदी वेगळे. त्यांचं उभं आयुष्य शेतावर आणि मारुती देवस्थानच्या सेवेत गेलं. मंदिराच्या परिसरात बेल, पारिजात, पिंपळ, कडुनिंब, चाफा या वृक्षांचा गारवा अनुभवताना प्रत्येकजण त्यांना आठवतात. रणरणत्या उन्हात डोळ्यांना गारवा देणारी ही झाडं, शांत शीतल सावली हे वृक्षांचं मोहक दृश्य केवळ तात्यांमुळं. 'रानमळा' या आपल्या शेतातदेखील त्यांनी फुलां-फळांची शेती फुलवली. हातात एक कापडी पिशवी-पिशवीत खुरपं, छोटा अडकित्ता, शेतात जाऊन हरभरा तोडून पेरू, चंदनबटवा, चिलाची-करडईची भाजी पिशवीतून मला घरपोच करायचे. खूप धार्मिक होते. कुळाचार, कुळधर्म, तिथी-मुहूर्त यांचे जाणकार. अभंग-भूपाळ्या तोंडपाठ. कृष्णाष्टमीचा उत्सव-रामनवमी-तुळशीचं लग्न,

आवळी भोजन हे उत्सव ते जीव ओतून साजरे करत. देवाचा दरबार झाडणं, देवाची भांडी घासून पुसून स्वच्छ ठेवणं, देवाचे पोशाख नीटनेटके ठेवणं ही त्यांची कामं. उत्तम जरीवस्त्रं दादांकडून पुण्याहून आणायला सांगायचे.

"१९९१ मध्ये तात्यांना हाताशी धरून आमच्या बाभळगावी नित्य महाआरती, अमावस्येस पालखी आम्ही सुरू केली. पुढं दादांनी त्यांना सांगितलं, "तात्या, आता दासबोधाचं पारायण करा", तर तात्या म्हणाले, "मला लिहिता-वाचता येत नाही." पुढं दादांनी त्यांना १२५ रुपये दिले आणि सांगितलं, "दासबोध विकत आणा. वाचता येत नसेल तरी बोट ठेवत प्रत्येक ओळीवरून पुढं सरका. ओळ पूर्ण झाली की राम म्हणा. एक दिवस तुम्ही वाचू शकाल. भरोसा ठेवा." देऊ केलेल्या रुपयांतून तात्यांनी दासबोध विकत घेतला. १९९४ च्या चतुर्मासात त्यांनी बोट ठेवून दासबोधाची नऊ पारायणं केली. पुढं रामनवमीपर्यंत ते दासबोध वाचू लागले. पुढं अर्थ सांगू लागले. असे होते तात्या. एकदा घराला जोडले ते जन्मभर."

"बघा ताईसाहेब, तुम्ही पण रमलात ना गप्पांत!"

"बरं वाटतं हो तुम्हा लोकांशी बोलायला. आमच्याकडं कीर्तनकार, प्रवचनकार, महाराज, साहित्यिक येतातच. प्रत्येकाचे विषय वेगळे. बरं वाटतं ऐकायला. तुम्ही तर प्रश्न घेऊन आलात. किती जुन्या जुन्या गोष्टी आठवल्या! राहा ना दोन दिवस आणखी."

"मला मोहात पाडू नका आणि आता तुम्ही झोपायला जा आणि मी हे शेवटचे दोन कागद नजरेखालून घालते. नंतर मी पण झोपते."

ताईसाहेब उठल्याच. दार ओढून घेतलं. मी कागद समोर ओढले. कॉलेजच्या आयुष्यातली मैत्री. महाराजांना पण मित्र होते...? "अगदी शाळेत असताना शेजारची जागा त्याचं दप्तर ठेवून आपल्यासाठी अडवून ठेवणारी मैत्री आणि पुढं कॉलेजच्या कट्ट्यावर किंवा कॅन्टिनमध्ये कटिंग चहा पुन्हा पुन्हा घेताना फक्त मित्र येण्याची वाट पाहणारे डोळे. असा भाबडा पण उत्कट, सुंदर प्रवास असतो तो! मैत्रीच्या बेटावर खरंच आपण अनभिषिक्त कलंदर सम्राट असतो. खिशात काही असो, नसो; मस्त बेफिकिरी आपले सारे क्षण झंकारून टाकत असते. घरचा डबा, चतकोर चपाती सर्वांना वाटताना भरलेलं पोट; एक मिसळ, दोन पाव शेअर करताना भागाकाराचा गुणाकार कसा होतो हे अगणितातलं गणित समजून कसं सांगणार? आम्हा दोघांत निरपेक्षता आहे. अटीतटी नाहीत. सहवासाची ओढ, हक्क पण मालकी नाही; मार्ग वेगवेगवेगळे, अभ्यासक्रम वेगळा. वाद होते पण भांडण नव्हतं. भावना आहेत, पण भावविवशता नाही– असा आमचा मैत्रीचा धागा!

“त्याचं असं झालं– संजय मोहनकरची आई भरल्या कुंकुवानं, चुड्यानं अल्पायुषी असताना अनंताच्या प्रवासास निघून गेली. प्राचार्यांनी संजयला अंत्यविधीसाठी परवानगी नाकारली. हे कसं आणि का घडलं ठाऊक नाही. प्राचार्य तर ऋषितुल्य, प्रेमळ, सत्यवादी, धर्माचारी होते, पण हे घडलं खरं... त्या दिवशी संजय माझ्याशी बोलत खांद्यावर मस्तक ठेवून आईच्या आठवणीनं व्याकूळ होत अश्रू ढाळत होता. रात्रभर नव्हे, तर चार दिवस चार रात्री तो झोपला नाही. डोळ्यांचं पाणी खळलं नाही. आईच्या अनेक आठवणी तो सांगत राहायचा अन् पापणीच्या काठावर आतून कुठून तरी अश्रू टचटचून येत राहायचे. संजय पुन्हा माझ्या गळ्यात पडून रडायचा. माझ्यातला माणूसपणाचा ओलावा तेव्हा जागृत झाला, तो आज पावेतो. ते श्रेयदेखील त्या माऊलीलाच! पुढं दहावीपर्यंतचंच नव्हे तर पदवी घेईपर्यंत मी संजयला आपलेपणानं मार्ग देत गेलो. तो अभ्यासात अडला तिथं त्याला शिकवत राहिलो. शाळेत असल्यापासून अनेक गडकोट आम्ही चढलो. अनेक सहली एकत्र केल्या. अनेक सभासमारंभांना एकत्र गेलो. सुख-दुःखात सामील झालो. प्रसंगाला एकमेकांकडं न मागता जाणून आर्थिक साहाय्य देत गेलो.

“समान आवड-निसर्गदर्शन, गडकोट चढणं; प्रदर्शनं, फुलझाडं आणि सर्व पाळीव प्राणी यांची आवड, एकमेकांना वेळ देणं इतकंच. प्रत्येक गोष्ट विचार, आचार, उच्चार यात भिन्न होती. मैत्री-एकच गोष्ट कायम होती!

“गंगाधर लाटे- वयानं लहान. तीन वर्ग माझ्या मागं होता. एका श्रीमंत घरातला होता. आई पुणे विद्यापीठात कुठल्यातरी विभागाची प्रमुख होती. वडलांचा व्यवसाय होता. राहणं पुण्यात होतं.

“हा वयानं लहान असणारा बालसवंगडी शाळेतून सुट्टीसाठी शनिवार-रविवारी घरी जायचा. येताना खाऊ आणि आईनं केलेले खाद्यपदार्थ आणायचा. शाळेतून यायला त्याला सायंकाळी ६.३० वाजायचे. तो मला गुपचूप बोलावून घ्यायचा आणि डॉरमेटरीच्यामागं असलेल्या लॉबीत मला सर्व प्रेमानं खाऊ घालायचा. मी नकार दिला की माझ्या हाताशी ओढत मला ‘प्लीज’ म्हणून तो नेत असे. एकदा-दोनदा मी जाण्याचं पूर्ण टाळलं होतं. तेव्हा त्याच्या डोळ्यांत अश्रू साठले. पुन्हा म्हणून मी त्याला नकार दिला नाही. आणखी त्याला तसं का वाटतं याचं कारणही शोधलं नाही. ही आठवण आजही मला गंगाधरच्या निरागसतेचं दर्शन घडवते आणि कुठंही कोणी कोणाला खाऊ घालते तेव्हा या बालसवंगड्यांचे स्मरण होते. त्या परमानंदाचं मोल कसं करणार? त्या शुद्ध, सात्त्विक, आपलेपणाला शब्दांत कसं आणणार?

"डोंगर-दऱ्यांशी खूप मैत्री झाली. डोंगर-दऱ्यांतून हिंडताना अनेकानेक दृश्यं पाहिली, पक्षी पाहिले, प्राणी पाहिले, फुलं पाहिली, किडे-अळ्या, जळवा पाहिल्या.

"निसर्गदर्शन होताना उंच कड्यांवरून कोसळण्याची हिंमत होते ती फक्त धबधब्याची; तर वर जाण्याची मुभा असते, ती वाऱ्यालाच. वारा आणि धबधबा हिंमतवान वाटले पण या डोंगरकड्यावर अवघड ठिकाणी आपले घरटं बनवून आपला संसार थाटणाऱ्या पक्ष्याला धाडसीच म्हणायला हवं. संथ वाहणारे झरे सदा तहान शमवण्याची सेवा देतात. अंबेरीच्या दरीत तर पहाटे उठून तयार होईपर्यंत रोज एक राघूंचा थवा आकाशी माळ करत उडत जायचा. मला थोडा वेळ व्हायचा, पण त्यांची आकाशभरारी घेण्याची वेळ अचूक होती. केवढे तप. केवढी शिस्त. केवढा वक्तशीरपणा!

"हे सगळे माझे गणगोत; मित्र!

"हे मित्र, निसर्गाचं वेड, गिरीभ्रमण या सगळ्या आवडी माझ्या मनात रुजल्या त्या एका व्यक्तीमुळं- आमचे व्हाईस प्रिन्सिपल एन्.के. महाजन! हिमालय चढणारे, गिरीभ्रमण करणारे त्यांना गुरुस्थानी मानतात. माझ्या मनात हे प्रेम निर्माण करणाऱ्या महाजन सरांचा मी सदैव ऋणी राहीन.''

८

तिथून डायऱ्या नेणं शक्य नव्हतं. रात्र चढत होती. उद्या बाभळगावचा निरोप घ्यायचा होता. आजची रात्र मला फुकट घालवायची नव्हती. मी दुसरी डायरी उचलली. भरभर वाचू लागले.

"मला डॉक्टर व्हायचं होतं. पण आण्णांची इच्छा (तीच आईची इच्छा) मी इंजिनिअर व्हावं. त्या दोघांचा शब्द मी कधीच मोडला नाही. इंजिनिअरिंगला गेलो.

कॉलेजलाईफ एन्जॉय करणं म्हणजे काय हे मला कधीच कळलं नाही. गॅदरिंग, पिक्निक्, हॉटेलात मित्रांचा अड्डा, गप्पाष्टकं, फर्गसनच्या मागं मैत्रिणीबरोबर फिरणं वगैरे प्रकार माझ्या कक्षेत येत नव्हते. मुळात प्रॅक्टिकल्स असायची. अभ्यास भरपूर असायचा आणि मुख्य तर प्रवृत्ती आणि प्रकृती वेगळ्या मुशीतून घडवलेली होती. आई-वडील-गुरु या सर्वांचेच संस्कार इतके खोलवर होते की मी वेगळा वागूच शकत नव्हतो. फार काय, मला अन्नसुद्धा घरचंच आवडायचं.

इंजिनिअर झालो आणि किर्लोस्कर न्यूमॅटिक्समध्ये चिकटलो. एकदम मॅनेजरच्याच पदावर. लठ्ठ पगार होता. पण एक विचित्र घटना घडली. कुणीही माणूस समोर आला की त्याच्या चेहऱ्याकडं पाहिल्याबरोबर त्याच्या आयुष्यात घडणारी वाईट गोष्ट मी सांगून टाकायचो. हे का आणि कसं ते मला ठाऊक नाही पण मला ते कपाळावर दिसायचं.

सुरुवातीला माझ्याभोवती लोकांची गर्दी व्हायला लागली. नंतर नंतर लोक मला टाळू लागले. कारण मी जे बोले ते घडे. मीही अस्वस्थ व्हायला लागलो आणि एक दिवस सरळ आचार्य श्री कल्याणसेवक स्वामींसमोर जाऊन उभा राहिलो. सर्व हकिकत खरी खरी सांगितली.

श्रींनीच माझी मुंज करवली होती. त्यांचाच पहिला गुरुमंत्र! आताही ते सौम्य हसले. त्यांच्या सान्निध्यात सर्व अशुभाचा विनाश झाला. त्यांनी मला नाम लावून सांगितलं, "आजपासून तू तुझं नाव 'चंद्रतनय' असं लावायचं."

स्वामींनी हे नाव का बरं दिलं असेल?

माझ्या मनात दोन अर्थ आले–

१) कलेकलेनं वाढ व्हावी.

२) चंद्र हा स्वयंप्रकाशी नाही; पण शीतल आहे. ती शीतलता आपल्यात यावी.

मी स्वामींना विचारलं नाही, पण ते नाव मात्र लावू लागलो. तीन वर्षं किर्लोस्करमध्ये नोकरी केली आणि मग उज्ज्वल भवितव्यसाठी टाटामध्ये कामाला लागलो. पण मन रमेना. एक दिवस सरळ बाहेर पडलो आणि थेट स्वामींसमोर जाऊन उभा राहिलो. माझा निश्चय ठाम होता. घरी पण कुणी विरोध केला नाही. त्यांची मनस्थिती मी समजू शकत होतो. सधन कुटुंबातला थोरला मुलगा. देखणा, इंजिनिअर. मुली सांगून येत होत्या. त्यांची काही स्वप्नं असतीलच. पण मला तिकडची हाक ऐकू येत होती. संसार, घर, प्रपंच हे विषय मला त्याज्य वाटायचे. ताईसाहेब एकच वाक्य बोलल्या,

"तू लहानपणापासून हुशार आहेस. तुझी हुशारी तुला बिघडवू शकते. विश्वव्यापक परमात्म्याला कवेत घ्यायला निघालायस. जरूर जा. पण एक लक्षात ठेव; तुझ्या पावलांचे ठसे कुठं उमटवू देऊ नकोस."

(यापूर्वीही ही नोंद आहेच.)

मी उमजलो. मनोमन शब्द दिला, "माते, जन्मभर व्रत पाळेन. ब्रह्मचर्याचं निष्ठेनं पालन करेन. संन्याशासारखं व्रतस्थ जीवन जगेन. तुम्हाला कमीपणा येईल असं कधी वागणार नाही. हीच माझी सेवा..." मी घराकडं, नात्याकडं, ऋणानुबंधाकडं पाठ फिरवली आणि श्रीकल्याणसेवक स्वामींसमोर जाऊन उभा राहिलो.

स्वामींनी माझं प्रेमानं स्वागतच केलं. त्यांचा विश्वास होता, हा मुलगा योग्य मार्गानंच चालणार आहे.

स्वामीजी! एक अदभुत व्यक्तिमत्त्व. त्यांच्याबद्दल किती आणि काय लिहू?

स्वामी म्हणजे, एक कसदार कवी, लेखक, गायक, वादक, प्रवचनकार, कीर्तनकार, फर्डा वक्ता, विद्वान, गुरु, आई-संत! अतिशय प्रेमळ. देशभक्ती, रामभक्ती, गुरुभक्ती तर त्यांच्या श्वासाश्वासांतून जाणवत असे. 'श्रीमत् दासबोध' या समर्थांच्या ग्रंथाचे श्रवण, निरूपण श्री कल्याणसेवक स्वामींच्या मुखातून अनेक वेळा अनेक प्रकारे झाले. 'आत्माराम' हे समर्थांचे गोड तत्त्वज्ञानात्मक प्रकरण स्वामींच्या

तेज:पुंज धारधार वाणीतून श्रवण केले. स्वामींच्यासोबत काही प्रवास देखील घडला.

ज्ञानेश्वरीतील भक्तियोग-तत्त्वज्ञान-समतेचा धर्म कल्याणस्वामींनी आम्हास अनेक अडल्या प्रसंगी समजावून सांगितला. आद्य गुरु शंकराचार्य यांच्या स्तोत्रांची गोडीदेखील स्वामींमुळेच लागली. स्वामींच्या सान्निध्यात प्रत्येक भेटीत माझ्या वाट्यास फक्त आनंदच आला. पुढे आध्यात्मिक आवड वाढीस लागली तीही स्वामींमुळे. भक्ती-ज्ञान-करुणा या तिन्ही भिक्षा मला तेथे मिळाल्या. आध्यात्मिक जीवनासाठी श्री कल्याणसेवक स्वामींनी केलेले मार्गदर्शन, दिलेले प्रेम, ज्ञान सर्वच उपयोगी पडले. I owe a lot to H.H. Shree Kalyansevak Swami. उच्च कोटीतील या विभूतीला, संताला आम्ही जवळून पाहिलं. संन्याशाचा आचारधर्म-भक्ती-ज्ञान कसे असावे हे कळले. विवेक जागा ठेवण्याचा मार्ग मिळाला. एक तपस्वी संत! आमच्यासाठी ते आम्हाला 'रामा'पर्यंत पोचवणारे रामच होते...''

मधे काही पानं कोरीच होती. भ्रमंतीत असावेत. पुढं मजकूर होता - ''आत्मशोधातल्या जिज्ञासेपोटी गीता-ज्ञानेश्वरी समजेना म्हणून दासबोध वाचू लागलो. अभ्यासू लागलो. सगळं तसं कठीणच होतं. सज्जनगडाच्या दिशेनं पावलं ओढली जात. त्या पावलांचं पुढं वारीत रूपांतर झालं. वारी अनुभवली. लक्षात आलं, ऐहिक शोध स्वास्थ्य देतात. आत्मशोध मनस्वास्थ्य देतात. आत्मशोधाला विज्ञानातली वस्तुनिष्ठ जाणीव भान देते. हे जगण्याचं इंगित सायंकाळी ७ वाजता गडाच्या पायऱ्या चढताना सापडलं. भारल्यागत झालो होतो. काही अनुभवाला येत होतं. अध्यात्मातली ही एक भावावस्था होती की नाही हेही कळत नव्हतं. आनंद होता. येथे माझे मन निवांत, सक्रिय होताना मी पाहत होतो. गड चढून वर आलो. समर्थांच्या समाधीचं दर्शन घेतलं. त्या रात्री उशिरापर्यंत समर्थांबद्दल काही विचार मनात दाटले आणि माझ्या शुद्ध जाणिवेतला अनुभव हा खरा विश्वास मनात निर्माण करता झाला. तो समर्थ आणि गडाशी केलेला भावसंवाद ठरला. पुढे गडाची वारी चालू राहिली. इथं येताच प्रत्येक क्षण नवा वाटायचा. माझे व्यक्तिमत्त्व, विकार येथे शमनामुळं स्वच्छ होताना माझे मलाच दिसले. मन चांगल्या कामात तत्पर होऊ लागले. वासना सुंदर घडल्या. जगणे विवेकाचे चालणे झाले. समर्थ गड मला नेहमी नेहमी हाक देत. मीही पळत जाऊ लागलो. कित्येक वेळा मनाचे श्लोक म्हणत म्हणत गडाच्या पायऱ्या चढलो. कधी पायऱ्या चढताना धावलो, तर कधी संथ गतीनं चढलो. या गडानं अनेक संत महंतांबद्दल प्रेम जागवलं. अनेक अनुभव, अनेक आध्यात्मिक लाभ प्राप्त झाले. समर्थ सद्गुरु रामदासांबद्दल प्रेम जागृत झालं. कुठंही गेलो तरी समर्थांबद्दल ओढ कायम. गडावर अनेकांची निरूपणं ऐकली. निरूपणानं मनदेखील

ठिकाणावर राहिलं. या संदर्भात नाथमहाराजांचे शब्द आठवतात —

''प्रेम सुख देई । प्रेम सुख देई ।।
प्रेमाविण नाही समाधान ।।''

दासबोध वाचायला सोपा. गीता आणि उपनिषद समजत नव्हते. दासबोध वाचताना पुष्कळ गोष्टी कळू लागल्या. दासबोधामुळंच गीता- उपनिषद कळू लागलं. अभ्यास सोपा होऊ लागला. मन समर्थचरणीं धाव घेऊ लागलं. पावलं सज्जनगडाच्या दिशेनं चालू लागली. मारुती उपासनेनं शरीर-मन-आत्मा सुदृढ झाला. रामनामाची आवड एवढी वाढली की तासनूतास रामनाम जप चाले. हनुमान, समर्थ यांचा राम आता माझाही झाला होता. मी राममय झालो. आता पावलं हृषीकेशकडं वळली. आद्य शंकराचार्य, ज्ञानेश्वर आदि ऋषी-मुनींच्या पावन स्पर्शानं धन्य झालेली भूमी ! अलकनंदामातेच्या वास्तव्यानं सौंदर्यवती, नादमयी झालेली पवित्रभूमी! त्या पाण्याच्या स्पर्शानं मला निर्मळ व्हायचं होतं. मी हृषीकेशी जाऊन पोचलो. हृषीकेशी धो-धो पाऊस पडत आहे. डोंगरमाथ्यावर दाट झाडीत शिरतो आहे. काही अजस्त्र झाडे, काही उंच उंच झाडे, ओलीचिंब गार वेली. मी भिजलेला (आत बाहेर). आनंदानं बेहोष, दोन झाडांच्या- (खैर पिंपळ) एकत्रित बुंध्यात मी दबा धरून बसलो आहे, एखाद्या छोट्या प्राण्यासारखा. लक्ष्मणझूला पावसानं चिंब झाला होता आणि वारा त्यावर हवी तशी मौज करत होता. मी राहत असलेलं ठिकाण थोडं दूर होतं. अशा पावसात तिथं जाणं शक्य नव्हतं असं नाही, पण जीव खैर पिंपळाच्या खळग्यात सुरक्षित. एक गंध सर्वत्र भरला होता. आजूबाजूला पावसाची संतत धार होती. दोन्ही झाडांच्या कुशीत जीव सुरक्षित होता. खोलीकडं पाऊल वळत नव्हतं.

मी डोळे मिटून ध्यानस्थ. जणू सारं आभाळ, ही धरित्री, हा पाऊस, ओला कंच निसर्ग मी घोट घोट प्राशन करीत आहे. मला असं जाणवलं की, माझं अस्तित्व एक ओंजळभर पाणी आहे. धो धो वाहणाऱ्या अलकनंदेच्या या प्रवाहात दिसेनासं होणारं. ते वेगळं नव्हतंच मुळी. आपलं अस्तित्व शेवटी त्या महाअस्तित्वाचा एक भागच. त्याला जाणण्याचा सोपा मार्ग म्हणजे निसर्ग. निसर्गाबद्दल प्रेम इथंच निर्माण झालं. निसर्ग ही जीवंत अशी अभिव्यक्ती आहे हे येथेच कळले. त्याच्या सान्निध्यात होतो, आवाज देत होतो. तोही प्रतिसाद देत होता. मला निसर्गाची भाषा समजत नव्हती. पण झाडं माझ्याशी संवाद साधू इच्छितात असं खूपदा वाटायचं. नव्हे, तसंच व्हायचं आणि कित्येक तास मी त्या झाडांच्या सान्निध्यात प्रसन्नतेनं राहायचो. तो शब्देविण संवादाचा साक्षात्कारच! हृषीकेशी प्रत्येक दिवशी सत्याचे निमंत्रण येत होते. सांगता न येणाऱ्या बोलता न येणाऱ्या भाषेनं माझं जीवन भारून टाकलं होतं.

माझ्यासारख्या अतिसामान्य साधकाला या निसर्गानं, अलकनंदेनं, वेडंपिसं केलं. आपलंसं केलं होतं. एक निश्चितपणानं समजलं– आपण ज्याचा शोध घेतो, त्याचीच भाषा आपल्याला कळते किंवा जे आपल्या शोधात असतात त्यांचीच भाषा आपल्याला कळते. विश्वात्मकता म्हणजे प्रगल्भ जीवनदृष्टीच; याचं ज्ञान अलकनंदेच्या सान्निध्यात हृषीकेशी झाले. पुढं या विचारानं चिंतन होऊ लागलं, तसं वाचन होऊ लागलं. भगवद्‌गीता - योगवाशिष्ठ हाती आले. शांत बसणे, मौन धारण करणे (काया-वाचा-मने) सर्व कसे सहज घडत गेले. शरीर मन शांत-प्रसन्न झालं होतं. दूर वनराईत जीव शांतता अनुभवत होता. कुणी न स्पर्श केलेली फुलं पाहायला मिळाली. कधीच ध्वनिमुद्रित न झालेलं पाखरांचं संगीत ऐकायला मिळालं. माझ्यासाठी हा शीतल, शांत साम्राज्यात मिळालेला प्रवेश होता.

दोन मोठ्या तपस्वी, ज्ञानवृद्ध साधूंच्या खोलीत बसून कित्येक पुस्तकं, ग्रंथ भान हरपून पानंच्या पानं वाचत रमून गेलो. त्यात बास्कल ब्लेज हा मला मराठी संतांचा सोयरा वाटला. प्रखर बुद्धिनिष्ठ असलेला ब्लेज पुढं साक्षात्कारी झाला. तत्त्वचिंतक कन्फ्युशियस तर निस्सिम मातृभक्त. त्याचं लेखन मला तुकोबारायांशी आणि समर्थांशीही नातं जोडणारं वाटलं. समर्थांचा 'उत्तम पुरुष' मला तिथं भेटला.

या दोन्ही लेखकांचा, शास्त्रज्ञांचा माझ्यावर खूपच प्रभाव पडला.

-०-०-

थंडीमुळं जेव्हा बाहेर जाता आलं नाही तेव्हा नुसतं डोळे मिटून पद्मासन घालून ध्यान करू शकलो. निसर्गसंगीत, वाचन, चिंतन, मनन, सत्संग, ध्यान हे सर्व काही घडत होतं. कान पिण्याचं काम अधिक करू शकतात हे प्रथमच कळलं होतं. फुलांत रमणं झालं. गंधाला बिलगणं झालं. भाव हरपून अलकनंदेच्या सान्निध्यात आकाशातलं चांदणं टिपलं गेलं. कित्येक वेळा तुकोबांच्या ओळी आठवल्या —

"शांती परते नाही सुख ।
येर अवघेची दुःख ।।"

हे थांबणं निष्क्रिय होणं नव्हतं, तर आत खोल हृदयवीणेची तार झंकारणं होतं. उठणाऱ्या स्वरांचं दर्शन होतं. सूक्ष्मतेचं निरीक्षण होतं. आपणच निर्माण केलेल्या चक्रव्यूहातून बाहेर येऊन वळायचं होतं. विश्वात्मकतेकडं, आपल्या मूळ स्वरूपाकडं.

सतरा दिवस 'संन्यास' या विषयी सतत अनेकांचे विचार ऐकले. एक महिना अनेक संन्यासी वर्गाशी चर्चा केली. परंतु शंकराचार्य, ज्ञानेश्वर, रामदास, शुक हेच जवळचे वाटले. अनेकांची योग्यता असूनही हेच महात्मे जवळचे वाटले; कारण या

सगळ्यांकडं जन्मतःच ते ज्ञान होतं. पूर्वसुकृत त्यांच्याबरोबर होतं. संत मीरादेखील आवडली. विशेष शुकमुनी आवडले. या सर्वांच्या जीवनाचं दर्शन घडत असताना हा जीव, हे मन इथंच थांबलं. ते इतरांसाठी कर्म आचरत लोकांती राहून एकांती राहिलं. हे सर्व अलकनंदेच्या सान्निध्यात घडलं हे विशेष.''

डायरी बाजूला ठेवली. डोकं जड झालं होतं. किती वेगळं आयुष्य ! मी योग्य निवड केली होती. एक ब्रह्मचारी- संन्यास मार्गाचा अवलंब करणारा. सर्वसंग - परित्याग करून रामरायाच्या शोधात निघालेला !

पण आता पुढं ? त्यांचा गृहत्याग, अध्यात्माची ओढ, समर्थांची शिकवण, श्रीकल्याणसेवक महाराज श्री शंकराचार्य, संकेश्वर यांचं समर्थ मागदर्शन यातून कालक्रमणा, रूपरेषा कळली. पण या मार्गानं जाताना, मखमली पायघड्यांवरून चाललेला श्रीमंतीत वाढलेला हा तरुण, या काटेरी मार्गावरून कसा चालला? रुळला? याचा शोध घेणं आवश्यक होतं.

भरगच्च ओटी, माहेरपणाचं कौतुक पदरी घेऊन निघाले. ताईसाहेबांना म्हटलं, ''महाराज कुठं भेटतील? काही प्रश्न विचारायचे आहेत.''

''महाराज? तो आता माझ्या एकटीचा मुलगा थोडाच आहे? जगत्जननीचा आहे. आज बेळगाव, उद्या हृषीकेश, तर परवा अमेरिका. फिरतच असतो. म्हणतो, 'पृथ्वी फिरते, गृहमंडल फिरते तर मीच कसा स्थिर एके जागी राहू? आपला सूर निसर्गाला साथ देणारा हवा.' त्याच्यापुढं बोलता येत नाही. तुम्हीच शोध घ्या.''

◆ ◆

९

मी माझ्या घरी परतले होते. माझ्या खोलीत, माझ्या कॉटवर स्वस्थ पडले होते. स्वस्थ होते, पण शांत नव्हते. तळमळत होते. एवढी भ्रमंती करून शोध घेत गेले आणि परतताना एका आईचं व्याकूळ मन घेऊन आले.

ताईसाहेब तसं बोलल्या थोडंच. सावध. कुठं दुःखाचं प्रदर्शन नाही. अश्रूंचा आवेग नाही. कर्मकहाणीचा उच्चार नाही. सरळ, साधं बोलणं. पारदर्शी व्यक्तिमत्त्व. त्यामुळंच त्यांच्या अंतर्यामी दडलेले अश्रू शब्द होऊन माझ्या समोर उभे होते. लाटे-पाटलांच्या वैभवानं मला दिपवलं नाही. त्यांच्या आदरातिथ्यानं भांबावले नाही. सगळं चांगलं होतं. पण सोबत आली होती, मनाला हलवून गेली होती ती हृदयावर दगड ठेवून उभी असलेली आई आणि पतीला परमेश्वरासमान मानणारी एक पत्नी. मला विचारत होती, "सांगा, मी कुठं चुकले? कुठं कमी पडले? साडेतीन वर्षांचं माझं बाळ नजरेआड दूर शिक्षणासाठी ठेवलं. माझ्या पोटात कालवलं नसेल? जीव तुटला नसेल? उद्या हा मोठा झाल्यावर म्हणेल, आई म्हणून तू काय केलंस? तुझ्या कुशीची ऊब दिलीस? रात्र-रात्र मी रडून जागवली. आई-आई म्हणून भिरभिरलो. ऐकलीस माझी हाक? धावलीस माझ्या साठी?....

"काय उत्तर देऊ? लेकरा, मी शरीरानं या भव्य वाड्यात होते, पण मनानं तुझ्याच जवळ होते रे ! तुला थोपटत होते, भरवत होते... खरं सांगते रे, मी घास अश्रूंबरोबर गिळत होते. फक्त आठवत होते तुला. तू जेवला असशील का? झोपला असशील का? एकटा आहेस बाळा, पण समज- तू उशीवर नाही, आईच्या मांडीवर डोकं ठेवून

झोपलायस...

"मोठा होशील तेव्हा कळेल तुला. आपल्या बायका, मुलांच्या आया असल्या तरी नवऱ्याच्या शब्दाबाहेर जात नाहीत. पती हे तिचं सर्वस्व असतं. त्याचा शब्द ही परमेश्वराची आज्ञा असते. आम्ही जुन्या बायका. आईनं घालून दिलेलं वळण आणि सासूचा रीतीरिवाज पाळणाऱ्या, घराण्याची प्रतिष्ठा डोईवरच्या पदराप्रमाणं सांभाळणाऱ्या. तो पदर खाली पडू द्यायचा नसतो.

"मी कधीच यांचा शब्द ओलांडला नाही. भीती म्हणून नव्हे, मालकांनी सगळ्यांचं भलंच बघितलं. कधी चुकीचं पाऊल टाकलं नाही. आईचा शब्द ओलांडला नाही. तू थोर व्हावंस, घराण्याचं नाव मोठं करावंस हीच त्यांची इच्छा. तीच मी मानली. चुकले का?

"आता तू घर सोडलंस. नाती संपवलीस. चूल बोळक्यातली कोंडलेली नाती तुला नकोयत. तू 'विश्वात्मक देवा' च्या ध्यासानं बाहेर पडलायस. थोरला हो! पण कधीतरी आईला समजून घे. ते नातं कधीच संपत नाही, तुटत नाही. तुझ्या शंकराचार्यांना आठव. मी तुला काय सांगू? शिकवू?...."

यातला एकही शब्द ताईसाहेब बोलल्या नाहीत. पण हे न बोललेलं सगळं मला कळत होतं. मी आई आहे. मला हे सगळं उमजत होतं, जाणवत होतं, प्रचंड अस्वस्थ करत होतं...

आठवतं; शरद ३।। वर्षांचा होता. घराण्यातला पहिला मुलगा. सासूबाईंनी सांगितलं, आमच्या घरी आणून ठेव. तो इथं शिकेल. मोठा होईल. 'यां'नी त्याला मोठ्या घरात नेऊन दिला. मी वाचा हरवल्यागत झाले. अश्रू आतल्या आत गिळले.

एका शनिवारी दुपारी त्याला भेटायला गेले. सासूबाई म्हणाल्या, "शाळा २ वाजता सुटते. २।। वाजलेत. तो अजून आला नाही. त्याला आणणारा गडी आला नाही. तू बघ. घेऊन ये तुझ्या मुलाला." मी उरी दुभंगले. ३।। वर्षाचं पोर. शाळा सुटल्यावर कुठं गेलं असेल? का रस्त्यात रडत बसलं असेल?

मी कशी जिना उतरले ते माझं मला ठाऊक. रस्त्यातून धावतच होते. डोळे पुसत होते. बाईंच्या घरी पोचले. बाहेरच्या हॉलमध्ये नर्सरी. आत घर. बाहेर सगळं सामसूम. मुलं केव्हाच घरोघरी गेली होती. "शरद" मी मोठ्यानं हाकारलं. माझा आवाज फाटला होता. बाई बाहेर येत म्हणाल्या, "तू शरदची आई का? ये, आत ये" मी आत गेले. शरद अनाथासारखा चटईवर झोपला होता. गालावर आसवं सुकली होती.

"तू अजून लहान आहेस म्हणून विचारते, बाळाला दूर का ठेवलंस?"

“सासूबाई म्हणाल्या आणि यांनीही सांगितलं, तो तिथं राहून चांगला शिकेल. शिस्तीत वाढलेली मुलं थोर होतात.” त्या हसल्या. म्हणाल्या, “खुळ्यासारखं बोललीस. मुलं शिस्तीवर वाढत नाहीत, मायेवर वाढतात, थोर होतात. बाहेरच्या हॉलमधले फोटो पाहिलेस?

“लोकमान्य टिळक, सावरकर, महात्मा गांधी ही सर्व थोर माणसं आईच्या कुशीतच वाढली. मुलाला पोरका करू नकोस. तुझ्याजवळ त्याला वाढू दे.”

मी शरदला टॅक्सीत घातला. तो हसत नव्हता. बोलत नव्हता. जरा वेळानं म्हणाला, “आपण कुठं चाललोय?”

“घरी.”

“तुझ्या घरी?” मला ब्रह्मांड आठवलं.

“मी बाळाला त्रास देणार नाही. हट्ट करणार नाही. काही मागणार नाही. मला तुझ्या घरी ठेवशील?” मला जोरात हुंदका फुटला.

“शरद, आपण आपल्या घरी चाललोय. तू माझ्याजवळच राहशील.”

“खरंच?” त्याचे चिमुकले हात माझ्या गळ्याभोवती पडले. टॅक्सीत पुढे माझा भाऊ बसला होता. तो डोळे पुसत होता. “रमा, काय ग हे?”... टॅक्सीवाला बोलून गेला, “मायपासून लेकरू तोडू नये बगा.” मी रडतच होते. काय उत्तर देऊ? माझं दु:ख कुणाला सांगू?...

... या क्षणाला ते सगळं आठवत होतं. त्या माऊलीचं अबोल दु:ख मी जगले होते. म्हणूनच अस्वस्थपणं स्वत:लाच विचारत होते, “ताईसाहेबांनी हे सगळं कसं पचवलं असेल?”

हळूहळू मी शांत होत होते. अनेकांना भेटत होते. चौकशी करत होते. एकानं सांगितलं, ‘ते नर्मदा परिक्रमा’ करायला गेलेत, दुसरा म्हणाला, ‘हिमालयात गेलेत.’ एक शिष्या म्हणाली, “रामरायाचा ध्यास घेतलेले सद्‌गुरु कुठं असतील ते कसं सांगणार?” काही ठाव ठिकाणा लागत नव्हता.

शेवटी मी वही मिटवून ठेवली. काही दिवसांनी ती बॅगेत गेली. कालान्तरानं कपाटात कुलूपबंद झाली. अनेक अर्धीमुर्धी कथानकं तिथं विश्रांती घेत होती. त्यांना प्रकाशाचा स्पर्श कधी होणार होता, देव जाणे!

◆◆

१०

मधे २६ वर्षं घरंगळली. माझं लेखन-वाचन, कार्यक्रम चालूच होते. 'महाराज' हा विषय विस्मृतीत गेला होता. मी माझ्या विश्वात रमले होते.

अचानक बेळगावहून एक पत्र आलं, "लेखन आणि समाजकार्य या करता श्री कल्याणसेवक महाराज, श्री शंकराचार्य, संकेश्वर यांच्या स्मृतिप्रीत्यर्थ दिला जाणारा पुरस्कार आपणास देण्याचं ठरलं आहे..." पुढं रक्कम, प्रवासखर्च, राहण्याची व्यवस्था वगैरे.

ज्यांच्या नावे पुरस्कार होता ते नाव पुन्हा एकदा वाचलं. स्मृती चाळवल्या. सव्वीस वर्षं मागे गेले. कपाट उघडून वही बाहेर काढली. अरे, ते साधूमहाराज कदाचित् इथं भेटतील. मी ताबडतोब स्वीकृती कळवली.

बेळगाव स्टेशनवर दोन स्वयंसेवक घ्यायला आले होते. "नमस्कार, मी अभिजित." त्यानं परिचय करून दिला.

"मी सचिन, नमस्कार."

दोघांनी माझं सामान घेतलं. गाडीची व्यवस्था होतीच. माझी राहण्याची व्यवस्थाही चोख होती. "आम्ही ९ वाजता न्यायला येतो. आपण तयार राहा" दोघंही म्हणाले.

"पण मला ती जागा, सजावट सगळं पाह्यचंय."

"फ्रेश होताय ना?"

"दहा मिनिटांत. मग अंघोळ वगैरे करेन." मी तोंड धुऊन येईपर्यंत दुधाचा ग्लास आला. तेवढ्यात अभिजितची बायको डोकावली. "मॅडम, काही लागलं तर सांगा. आम्ही समोरच्या खोलीत आहोत,"

म्हणाली.

उगवतीची किरणं अंगावर घेत आम्ही 'मराठा मंदिर'च्या दाराशी पोचलो. दोन्ही अंगाला उफाड्याचे उसांचे खांब लावले होते. क्षणभर मी बघतच राहिले. तिथल्या स्थानिक रहिवाशांनी मंडप सुरेखच सजवला होता. मुंबईहून गेलेले स्वयंसेवक आपल्या कल्पना त्यांना सांगत होते. वाऱ्याच्या झुळकीसरशी चंदेरी रंगाचे पडदे हेलकावे घेत होते. हॉलमध्ये दोन्ही अंगाला खुर्च्या व्यवस्थित लावल्या होत्या. प्रत्येक जिल्ह्यातून आलेला शिष्यवर्ग सजावटीला हातभार लावत होता. प्रवेशद्वारापासून आतर्पंत सुरेख रांगोळ्या रेखल्या होत्या. मुंबईची मुलंमुली फुलांच्या रंगीबेरंगी पाकळ्यांच्या पायघड्या घालत होती. व्यासपीठ वातावरण बोलकं करत होतं. नामवंत गुरु-शिष्यांच्या तसबिरी लावल्या होत्या. मध्यभागी श्री कल्याणसेवक महाराजांची तसबीर, पादुका. मोगऱ्याच्या फुलांचा मंद दरवळ. कसं छान वाटून गेलं. मी निवासस्थानाकडं परतले.

अंघोळून आले तर वाद्यांचा गजर ऐकू आला. खिडकीतून बघते तर काय, अब्दागिरी घेऊन चार चार मुलं रांगेत उभी होती. त्यांच्यामागं शाळेतली मुलं-मुली आणि त्यांचे शिक्षक लेझीम घेऊन सज्ज. त्यामागं पालखी. त्यात ग्रंथ ठेवले होते. पालखीमागं बऱ्याचशा सुवासिनी डोक्यावर कलश घेऊन उभ्या होत्या. त्यांच्यामागं झाडाजवळ हत्ती उभा होता. त्याच्यापुढं केळ्यांचा घड, कलिंगड, पपई, टरबूज हा खाऊ ठेवलेला होता. मी खिडकीजवळ खुर्चीवरून काय काय घडतं ते पाहत होते. एवढ्यात 'जय जय रघुवीर समर्थ'ची घोषणा झाली. दादामहाराज झरझर पावलं टाकत हत्तीजवळ आले. शिडीवरून चढून अंबारीत जाऊन बसले. शिक्षकसमूहानं खड्या आवाजात श्लोक म्हटला,

"समर्थाचिया सेवका वक्र पाहे
असा सर्व भूमंडळी कोण आहे ॥"

शिंग फुंकलं गेलं. जोरदार लेझीम सुरू झाली. भक्तिरसात न्हायलेल्या कलशधारी सुवासिनी पुढं निघाल्या. हत्तीनं डौलात पाऊल उचललं. महाराज म्हणत होते—

"श्रीराम राम रघुनंदन राम राम ॥"

तोच उद्घोष अनेक मुखांतून निघत होता.

बरोबर नऊ वाजता अभिजित आणि सचिन न्यायला आले. आम्ही अगदी काट्यावर पोचलो. दीपप्रज्वलन झालं. डावीकडं भजनी मंडळी म्हणजे शाळकरी मुलं बसली होती. शिक्षकांनी इशारा केल्याबरोबर मुलांनी सुरुवात केली,

'अजि सोनियाचा दिनु...' पाठोपाठ

'जगाला प्रेम अर्पावे...' कानावर आलं.

पाच सवाष्णींनी सद्‌गुरुंना ओवाळलं. त्यांचा उल्लेख 'सद्‌गुरु' असाच होत होता. व्यासपीठाला, श्री कल्याणसेवक महाराजांच्या तसबिरीला आणि श्रोत्यांना वंदन करून सदगुरु दादा चंद्रतनय आसनावर बसले. सर्व शिष्यवर्गानं जयघोष केला, 'जय जय रघुवीर समर्थ ।'

सत्कार, पुरस्कार वगैरे कार्यक्रम आटोपला. माझा सत्कार करताना सदगुरुंनी माझ्याकडं पाहिलं. स्मित केलं. म्हणाले, "सव्वीस वर्षांनंतर ताईसाहेब भेटत आहेत."

मी भांबावले होते. त्यांनी मला ओळखलं हे केवढं आश्चर्य! त्यांच्यात आमूलाग्र बदल झाला होता. एका तरुण साधूचा सद्‌गुरु झाला होता. तपश्चर्येचं तेज जाणवत होतं. आम्ही सर्व श्रोत्यांत जाऊन बसलो. पुन्हा मुलांच्या गाण्याची दुसरी फेरी सुरू झाली —

"कानडा विठ्ठलु..." त्यानंतर 'वैष्णव जन तो'

आता शिष्यवर्गाचा घोष —

'कृष्णं वंदे जगद्‌गुरु'

'जय जय रघुवीर समर्थ'

पाचेक हजार श्रोते जमले होते. पण या क्षणाला पूर्ण शांतता होती. सद्‌गुरुंच्या प्रवचनाला सुरुवात झाली. विषय होता 'राम!'

मला २६ वर्षांपूर्वी ऐकलेलं प्रवचन आठवलं. या हॉलमधून, बेळगावातून मी मनानं दूर गेले होते. बघत होते 'तो' श्रोतृवंद. ऐकत होते 'ते' शब्द

॥ श्रीराम ॥

ॐ

"रामराम ही अभिवादनाची पुरातन रीत आहे. खेड्यापाड्यांत अजूनही रामराम करणारी अनेक मंडळी आढळतात. प्रत्येक प्रहराला बदलते अभिवादन, ही इंग्लिश लोकांची रीत आहे. 'गुड्‌मॉर्निंग ते गुड्‌नाईट' असा हा त्यांचा सदिच्छा प्रवास असतो.

"मौखिक अभिवादन या दृष्टीने 'रामराम' हा अधिक सुलभ आणि स्वाभाविक आहे. 'करावा तो नमस्कार । म्हणावा तो रामराम. 'रामराम' म्हटल्याने नमस्कार केल्याचे समाधान मिळते. त्यात 'करणे' येऊन जाते. यामुळे आम्ही 'रामराम' केला असे म्हटले जाते.

"समर्थ रामदासांनी सांगितलेल्या उपदेशपर सूत्रात म्हटले आहे, 'प्रभाते मनी राम चिंतीत जावा । पुढे वैखरी राम आधी वदावा ॥' राम हा चिंतनाचा, ध्यानाचा, नमनाचा विषय आहे. रामनामाच्या उच्चारामुळे तयार होणारी मानसिकता 'रामराम' केल्यामुळे वाढीस लागते. यात कसली अंधश्रद्धा नाही. भाबडेपणा नाही. राम ही आता सत्त्वसूचक संज्ञा झाली आहे. 'यात काही राम नाही' असा अभिप्राय व्यक्त केला जातो तेव्हा संबंधित विषयाची सत्त्वशून्यता सूचित केली जाते. आपले जीवन बदलत चालले आहे. नमस्काराची जागा 'हॅलो', 'हाय', 'गुड्मॉर्निंग', 'बायूबाय्' यांनी घेतली आहे. पण सर्वांनी गंमत म्हणून 'रामराम' असे ऐटीत म्हणायचे ठरवले तर काय होईल? प्रयोग करून पाहायला काय हरकत आहे? सहर्ष स्वागतापेक्षा 'रामराम' सोपा नाही का?

"मुळात हल्ली माणसांचे परस्परांकडे फारसे लक्ष नसते. सगळेच बोलणे-चालणे वरवरचे असते. ज्या वरपांगी संवादात राम नसतो, त्याला रामराम ठोकणे बरे.

"एखादी अप्रिय किंवा निषिद्ध गोष्ट आपण कटाक्षाने जेव्हा टाळतो तेव्हा तिला 'रामराम ठोकला' असे म्हणतात. शुभ आणि अशुभ यांना लीलया सामावून घेणारा 'रामराम' हा विलक्षण अभिवादन प्रकार आहे.

"काही संप्रदायनिष्ठ पारमार्थिक 'राम' हा रामदासांपुरता मर्यादित मानतात. तुकाराम महाराजांना त्यापासून दूर ठेवतात. पण हे लोक विसरतात की दोघांच्या नावातच राम आहे.

"एकमेकांनी क्षणभर भेटणे, आनंदाने परस्परांना अभिवादन करून मार्गस्थ होणे, जाता जाता 'रामराम' म्हणणे आनंदायी नाही का?

"कधी कधी सवयीमुळे संवेदना बदलतात. सवयी लागतात आणि सुटतात. त्या लावून घेता येतात व सोडूनही देता येतात. त्या सोडताना थोडे सायास पडतात पण सायासानंतर त्या सुटतात. काळाच्या ओघात नव्या सवयी लागू शकतात.

"भारतीय लोकजीवनातून लोप पावलेला 'रामराम' परत आला तर काय होईल? आपल्या राष्ट्रीयत्वावर एक शब्दालंकार चढेल. परदेशात परस्परांना भेटणाऱ्या दोन भारतीयांना 'रामराम' म्हणताना किती आनंद होईल! अमेरिकन डॉलरवर लिहिलेले दिसते, 'वुई ट्रस्ट इन गॉड'. चंद्रापर्यंत भरारी घेणाऱ्या विज्ञाननिष्ठांना डॉलरवर गॉड हा शब्द छापताना संकोच वाटत नाही, मग आपण रामराम म्हणताना अवघडून का जावे? 'रामराम' या भावपूर्ण अभिवादनाला आपल्या जीवनात स्थान व स्थैर्य प्राप्त झाले तर माणसे परस्परांशी जोडली जातील. वाड्याखेड्यांतून आणि

नगरोपनगरांतून नांदत आलेला समाज नकळत एकात्म होईल.''

मी ऐकत तर होतेच, जमेल तेवढे भरभरून लिहीत होते. सद्‌गुरु तल्लीन झाले होते. श्रोते भक्तिरसात नाहत होते. प्रवचन अखेरच्या टप्प्यात आलं होतं—

''श्री आद्य शंकराचार्यकृत 'श्रीरामस्तोत्रम्' मध्ये म्हटलंय—

'महारत्नपीठे शुभे कल्पमूले सुखासीनमादित्य कोटी प्रकाशम् ।

सदा जानकीलक्ष्मणोपेतमेकं सदा रामचंद्रं भजेऽहं भजेऽहम् ।''...

पूर्ण दोन तास हूं की चू नाही. प्रवचन संपलं

अरे ! मग एवढा वेळ मी ऐकलं ते काय? पाहिलं ते तरी काय? मनी साठवलं, नि आठवलं ते २६ वर्षांपूर्वीचं प्रवचन? जसाच्या तसा तो अनुभव मी पुन्हा जगले होते आणि टाळ्यांच्या कडकडाटानं भूतकाळातून वर्तमानात प्रवेश केला होता. आता प्रश्नोत्तरं चालू होती. श्रोत्यांतून चिठ्ठ्या येत होत्या. दादा महाराजांनी, (आता सद्‌गुरुच म्हणायला हवं. 'महाराज' हे संबोधन कुणीच वापरत नव्हतं. त्यांनाही ते पसंत नसावं.) एक एक चिठी वाचून बाजूला ठेवली. प्रसन्न हसतमुख चेहऱ्यानं बोलण्याची त्यांची खास एक लकब आहे. ते म्हणाले, ''प्रश्न वाचले. व्यक्तिगत प्रश्नांत मला फारसं स्वारस्य नाही. तुमच्या शंकांचं समाधान मी जरूर करेन. पण ही वेळ नव्हे. यातले दोन तीन प्रश्न वारीसंबंधी आहेत. ते मला फार महत्त्वाचे वाटतात. त्यांची उत्तरं देतो. पहिला प्रश्न आहे—

'आपण तीन वेळा वारीला गेलात. वारीतले बहुसंख्य लोक अशिक्षित असतात. आपल्यासारखा सुशिक्षित माणूस वारीत जाऊन काय शिकतो? त्याचं महत्त्व काय?'

''प्रश्न फार चांगला आहे. मुळात वारीतले लोक अशिक्षित नसतात. आपण शिक्षणाची व्याख्या काय करता? वह्या पुस्तकं घेऊन केलेला अभ्यास आणि मिळवलेली पदवी म्हणजे शिक्षण? आमच्या ज्ञानोबांनी, तुकोबांनी, नामदेवांनी कुठली डिग्री मिळवली होती? कुठल्या नोटस् किंवा गाईडस वापरून स्वत:ला सज्ञान केलं होतं? कृपा करून ज्ञानाला असं संकुचित करू नका.

''आमच्या वारकऱ्यांच्या दिंडीत या. त्यांच्या ओठावर ज्ञानेश्वरी आहे, तुकोबांचे अभंग आहेत. ज्ञान साधनेतून मिळतं. ती तपश्चर्या आहे.

''मी तीन प्रश्न एकत्र करून उत्तर देतोय हे ध्यानात घ्या. बीड जिल्ह्यातल्या चाकरवाडीला, हरिभक्तपारायण भीमाशंकर गिरी या महानुभाव संतांच्या दर्शनाला गेलो होतो. अगदी तरुण वयात. तेव्हा माऊलींनी उपदेश केला;

'ध्यानाच्याच मार्गाने जा. धार्मिक वादविवादात पडण्याऐवजी ईश्वराशी एकत्व

साधण्याचा निष्ठेनं प्रयत्न करा. पंथवाद, कर्मकांड यांची घाण मनातून काढून टाका. आंतरिक दिव्य मार्गदर्शनाशी प्रामाणिकपणे एकनिष्ठ व्हा. तो दिव्य नाद तुमच्या जीवनातील प्रत्येक पेचप्रसंग सोडवून देईल... तुम्ही एकदा पंढरीच्या वारीला या...'

"मी पडलो इंजिनिअर, नोकरदार. या उपदेशाचा उमज पडला नाही. पण विषय डोक्यातून जाईना. मनोज म्हणाला, "अरे, तू सायन्सचा विद्यार्थी. वारी वगैरे काय डोक्यात घेऊन बसलास? तू काय वेडा आहेस का? वारीतले लोक भोळसट, प्रारब्धवादी असतात हे लक्षात घे," वगैरे. त्यानं माझ्या हातातली बॅग अक्षरश: हिसकावून घेतली. मी तात्पुरता गप्प झालो खरा, पण अस्वस्थ होतो. मनोज माझा कॉलेजमधला मित्र खरा, पण मी वेगळ्या रसायनानं घडलेला.

"शिक्षण चालू होतं. नोकरीला दीड वर्ष झालं होतं. प्रॅक्टिकल, थिअरी, प्रोजेक्ट वर्क सगळं चालू होतं. फार बुकिश झालं होतं सगळं. बौद्धिकदृष्ट्या त्रासलो होतो. अशा मनस्थितीत एक घटना घडली.

पुण्यात नारायण पेठेत एका जुन्या चाळीत एक अंध वृद्धा राहत होती. मी तिथून मित्राबरोबर मोटर सायकलवरून चाललो होतो. ती वृद्धा येणाऱ्या-जाणाऱ्याला 'वो माऊली, माऊली' म्हणून हाकारत थांबवण्याचा प्रयत्न करत होती. अशा बाईसाठी कोण थांबणार?

माझं तिच्याकडे लक्ष गेलं. कपाळी गोपीचंदन, बुक्का, गळ्यात तुळशीच्या दोन माळा, हातभर बांगड्या असा तिचा अवतार होता. मी पुढे गेलेला पुन्हा मागे आलो. मला वाटलं, तिला रस्ता ओलांडायचा आहे. पण तिला काही मदत हवी होती. कसली? तर तिचा स्टो बिघडला होता. त्या दिवशी एकादशी होती आणि विठ्ठलाला फराळ द्यायचा होता. त्या भाबड्या आजीबरोबर मी तिच्या खोलीवर गेलो. थोडी दुरुस्ती होती ती केली. तोवर आजीचे प्रश्न चालू होते—

'पंढरीला जाता? न्हाई? गळ्यात माळ तरी हाय? आज एकादस. उपास करता का न्हाई?' मी हसत नकार देत होतो. तशी आजीबाई म्हणाली, "अरं माज्या द्येवा ! येकदा वारीत चला, पांडुरंग बघा. जल्माचं सार्थक हुईल." मी सहज विचारलं, "आजी, वय किती तुमचं?"

"माऊली, पुरते सत्तरवर सात वर्सं झाली बघा."

"तुम्ही अजून वारीला जाता."

"जात्ये की! त्यो पांडुरंग न्येतो."

"घरी कुणी नाहीत वाटतं?"

"त्ये का माऊली? माझा इटोबा हाय की!" मी तिच्या अपार श्रद्धेचा विचार

करत उठलो तर तिनं माझ्या पायाला हात लावून नमस्कार केला. गूळ शेंगदाणे हातावर ठेवले. म्हणाली, ''या पंढरीला वारीला.'' जसं तिच्या घरचं कार्य होतं.

''एका महिन्यात एका संतानं आणि एका श्रद्धाळू आजीनं वारीला जायचं डोक्यात घातलं. आणि मी निश्चयानं वारीला निघालो. मनोज झोपला होता. मी चिठ्ठी लिहून ठेवली आणि रूमबाहेर पडलो.

''पाय आपणहून नेत होते. बळ येत होतं. वारकरी अभंग म्हणत होते. शांतिब्रह्म एकनाथ समंजस भान देत होते. वृत्तीतली तरलता गायला लावत होती. नामदेवारायांच्या कृपेने वारकरी निर्मळपणे बोलत, माणुसकी कवेत घेत मार्गक्रमणा करत होते. रामकृष्णहरीचा मंत्रजागर मनाला भुरळ घालत होता, सामर्थ्य देत होता. अनेक प्रश्न जागवत होते—

''तुळशीच्या माळेनं शीतलता येत असेल? श्रद्धेचा पाठ तर इथेच शिकलो. एकमेकांतल्या देवत्वाचा आदर करण्याची सवय इथंच लागली. विठ्ठलाच्या ध्यासापोटी प्रेमानं एकत्र आलेले वारकरी पाहून अहंपणाचं कवच आपोआप गळून पडलं. समरसतेचा अनुभव वारीतच आला.

''तीन वेळा गेलो वारीला. पहिली दोन वर्षं त्या अंध आजीचा शोध घेत होतो. पण तिसऱ्या वर्षी ती भेटली ती अगदी वेगळ्या रूपात. ती गात गात फुगडी घालत होती. मी तर अवाक्‌ झालो. अहो, ऐंशी वर्षांची अंध वृद्धा ! मध्येच केव्हा नाचत अभंग म्हणताना दिसायची. तिच्या आवाजात गोडवा होता. लोक तिला जपायचे. तिचं खाणं-पिणं, हवं-नको प्रेमानं बघायचे.

''तिला विचारलं, 'आजी ओळखलंत?' तिनं मला गळामिठी घातली. म्हणाली, ''माऊली, तुम्ही आलात. आता आनंद! माझा स्टो चांगला चालतो बघा तेव्हापासनं.'' तेवढ्यात एक मुलगी तिला दुसऱ्या दिंडीत घेऊन गेली. तेवढ्या लांबून तिचे स्वर कानावर येत होते

'आता कोठे धावे मन ।
तुझे चरण देखलिया ।।
शीन ग्येला भाग ग्येला ।
अवघा झाला आनंद ।।'

''मी वाटेतच थबकलो. त्या स्वरांनी विठ्ठलाला माझ्यापर्यंत पोचवला. दाही दिशा अवघा विठ्ठल-विठ्ठल-विठ्ठल भरून राहिला होता.

''सांगा, ही श्रद्धा कुठल्या शाळेत मला मिळणार होती? पुण्यात आलो अन आजीच्या भेटीला नारायण पेठेत गेलो. कळलं की वारीला गेली असता द्वादशीला

तिनं देह ठेवला...

"जिच्यामुळं मला वारी घडली, तिला सांगायला गेलो आणि... वेदना झालीच नाही कसं म्हणू?

"तुमच्या दोन प्रश्नांची उत्तरं दिली. आता वारीचं महत्त्व! महत्त्व आणि माहात्म्य दोन्हीही सांगतो. थोडक्यात.

"लक्षात घ्या, समतेची भावना कायद्यानं किंवा व्याख्यानं देऊन ठरवता येत नाही. तो विचार ममतेच्या माध्यमातून लोकजीवनात झिरपत जातो. याची साक्ष आहे पंढरीची वारी. जागोजाग पालखी थांबते. कीर्तनं होतात. कीर्तनरंगातला नाच म्हणजे विद्यादेवीच्या वीणेचा झंकारच! जीवनमूल्यांची दीक्षा देण्याचा हा कलात्मक उपक्रम.

"वारकरी संप्रदाय हा ज्ञान आणि संस्कृती याचा प्रचारक, आचारक आहे. या संप्रदायानं आशा आणि पराक्रम, ममता आणि समता, बंधुता आणि एकात्मता यांची बीजं लोकमानसात रुजवली. कशी? कुठून घेतली ही प्रेरणा? संतांकडून! ज्ञानदेवांचे पसायदान हे एक विलक्षण स्वप्न आहे. आत्मकल्याणाचं काव्य लिहिताना, ज्ञानेश्वरांनी विश्वाकल्याणाचा विचार मांडला आहे. ज्ञानाचा आणि प्रेमाचा आधार देण्याच्या ऊर्मीतून संतसाहित्याचा जन्म झाला. जनसामान्यांच्या श्रद्धेला ज्ञानदेवांनी डोळस भक्तीचं अधिष्ठान दिलं. विचारांच्या पावित्र्याची आचाराच्या पावित्र्याशी सांगड घातली आणि हाच भक्तिभाव वारकरी संप्रदायानं प्रत्यक्ष आचरणात आणला.

"ऐहिक जीवन कसं जगावं आणि पारलौकिक जीवनाशी त्याची कशी सांगड घालावी याचा वस्तुपाठ ज्ञानदेवांनी समाजाला दिला. त्यामुळे अनावश्यक कर्मकांड, असहिष्णु धर्मविचार, श्रेष्ठकनिष्ठ विचारांचे काटेकुटे दूर भिरकावले गेले. वारकऱ्यांचा प्रपंच हा परमार्थमय होऊन गेला. एकमेकांच्या पायी डोई ठेवत, माऊली माऊली असा गजर करत विठ्ठलाच्या चरणी जाऊन वारकरी विठ्ठलमय होऊन जातो. भागवत धर्म या उन्नत भावनांचा विकास करण्याकरता झटतो. श्रद्धा म्हणजे धर्मविचाराचा पाया हे ध्यानी घेऊन, महाराष्ट्रीय संतांनी श्रद्धेला विवेकाची जोड देण्याचं महत कार्य केलं.

"मी वारीत 'हे' पाहिलं. शिकलो. अनुभवलं."

प्रश्नोत्तर संपली. आता दर्शनासाठी रांग. प्रत्येकाच्या हाती प्रसादाचा लाडू. मग प्रसादाचं जेवण. दोन केरळीय भगिनींबरोबर मी जेवायला बसले. धारवाडहून माझा चुलत भाऊ सुभाष आणि त्याची पत्नी संगीता हा गुरुपौर्णिमेचा आनंद सोहळा अनुभवायला आली होती. ती दोघं पण प्रसाद ग्रहण करायला शेजारी येऊन बसली यानिमित्त अनेकांच्या गाठीभेटी. जेवणं आटोपली. मंडळी पांगली. मुलं इकडं तिकडं

ठेवरेव करत होती. मिलिंद पाहुण्यांची व्यवस्था बघत होता. मी त्याला हाक मारली, "इकडं ये बाळा, जरा मोकळे झालात?"

"हो ताई."

"हे बघ, अभिजित, सागर, प्रणव तिघांनाही बोलाव. मला तुमच्याशी बोलायचं आहे."

"आमच्याशी?" तो खाली मान घालून नुसताच उभा राहिला.

"मिलिंद, अरे, बावरू नकोस. बोलवतोस ना त्यांना पण?"

"अं? हां बोलावतो."

तिघंही धावत आले, "काय ताई?"

"अरे, तुम्हा चौघांशी मला दादांबद्दल बोलायचं आहे." सागरच्या चेहऱ्यावर प्रश्नचिन्ह. प्रणव, अभिजित आणि मिलिंद यांच्या तोंडाला कुलुप.

"अरे अभिजित, तू तर दादांचा चक्रधर. सतत त्यांच्याबरोबर असतोस. मी त्यांच्यावर काही लिहिते आहे. त्यांची भरपूर माहिती मिळवली आहे. रामभक्त म्हणून ते थोरच आहेत. संन्यासमार्ग अवलंबणारे ब्रह्मचारी म्हणून मी त्यांच्यापुढं नतमस्तक आहे. पण अशा लोकांचा समाजाला उपयोग काय?"

प्रणव लगेच म्हणाला, "मला अनेक वेळा प्रचीती आली आहे. आम्ही मुलं कशीही बेदरकार वागत होतो, जगत होतो. त्यांनी तरुण मुलांवर उत्तम संस्कार केले. आमच्या जगण्याला शिस्त लावली. आमचं पूर्ण कुटुंबच मार्गी लावलं."

मोजकं बोलणारा मिलिंद पुढं सरसावत म्हणाला, "ताई, प्रणव म्हणतो ते अगदी खरं आहे. मी तर केवढा रागीट होतो! मनमानी करत होतो. पण त्यांनी आमचं सगळं घरच सुधारलं. दादा कुठंही असले तरी त्यांचं आमच्यावर लक्ष असतं. आज आम्ही एकत्र कुटुंबात सुखासमाधानानं जगतो त्यामागं दादांचे आशीर्वाद आहेत."

"अरे, हे तुम्ही नुसतंच गोलमाल करून बोलता. एखादं उदाहरण सांगाल?"

"सांगतो ताई," मिलिंद लगेच म्हणाला, "आमचे बाबा खूप आजारी होते. सर्वांनी आशाच सोडली होती. डॉक्टरसुद्धा खात्री देत नव्हते. बाबा म्हणजे घराचा आधार. तेवढ्या रात्री दादांना फोन लावला. क्षणभर ते गप्पच. आम्ही आणखी घाबरलो. जराशानं फोन वाजला. दादा बोलत होते. "धीर सोडू नका. माझं लक्ष आहे. ते बरे होऊन येणार आहेत. रामनाम घ्या" आम्ही रामनामाचा जप करत होतो.

"पहाटे नर्स आली. ब्लड प्रेशर बधितलं. धावत डॉक्टरांना बोलवायला गेली. डॉक्टर आले. त्यांनी पुन्हा ब्लड प्रेशर बघितलं. इको कार्डिओग्राम काढला. भराभर सगळ्या टेस्टस् झाल्या. डॉक्टर ओरडले, "इटस् अ मिरॅकल!" बाबांना

घेऊन आम्ही घरी आलो. मला तर वाटतं, दादा आमची संकटं आपल्या अंगावर घेतात. आम्हाला ते देवच आहेत...''

''सागर, तू बोल ना रे! गप्प का बाबा?''

''काय बोलू? किती बोलू? आमचं मोठं कुटुंब. अशा कुटुंबात किती तणाव असतील, तुम्ही समजू शकता. घरी जाणं नको वाटायचं. दादा आले आणि आमचं घर शांत झालं. एकेक करत सगळे प्रश्न त्यांनी मार्गी लावले. आमचे बाबा तर दादांमुळे बरे झाले आणि...''

त्याला काय बोलायचं होतं कोण जाणे, आवाज रुद्ध झाला, डोळे भरून आले. आम्ही सर्वजण चुपचाप झालो. अभिजितनं त्याला हळुवारपणे थोपटलं. म्हणाला, ''ताई, आम्हा सर्वांना प्रचीती आली आहे. आमच्या घरात तर दादांचा शब्द प्रमाण मानला जातो. आम्ही आता पूर्ण शाकाहारी झालो आहोत. आमचे संसार, नोकरी सगळं नीट चाललं आहे. जगायचं कसं हे आम्ही दादांकडून शिकलो. ए, आता तुम्ही मधे बोलू नका रे! मला बोलू द्या.

''एक उदाहरणच देतो. यवतमाळकडं एका श्रीमंत गृहस्थांनी दादांचं प्रवचन ठरवलं होतं. मी चक्रधर म्हणून सोबत होतोच. प्रवचनानंतर समोर नोटांचा ढीग पडला होता. दादांनी तो तिथंच वाटून टाकला. बिदागीला स्पर्श केला नाही. श्रीमंत म्हणाले, ''दादामहाराज, असं करू नकात. काहीतरी घ्या.'' त्यांनी अकरा हजारांची उंची शाल दादांच्या अंगावर घातली. आम्ही गाडीत बसलो. रात्रीची वेळ. धो धो पाऊस. गारठा वाढलेला. मी सांभाळून गाडी चालवत होतो. काही किलोमीटर्स गेलो असू, दादा काचेतून बाहेर बघत होते. ते एकदम म्हणाले, ''अभिजित, गाडी रिव्हर्स घे तर.'' मला कळेच ना, अशा दाट अंधारात ते रिव्हर्स घ्यायला का सांगताहेत? त्यांनी थांबण्याची खूण केली. मी थांबलो. काच खाली केली. झोंबरा वारा आत आला. बाहेर एक नग्न म्हातारा अंगाची जुडी करून कुडकुडत बसला होता. फक्त झाडाचा आधार. दादांनी आपल्या अंगावरची शाल त्याच्या अंगावर लपेटली. तो मान वर करून बघत राहिला. गाडी सुरू झाली. त्यानं हात जोडले होते. मी दादांकडं पाहिलं. ते फक्त म्हणाले, ''श्रीराम!''

पाच मिनिटं आम्ही सगळेच गप्प होतो. पाणी पिण्याचं निमित्त करून मी आत गेले. बाहेर येत मुलांना म्हटलं, ''त्यांचं काही सामाजिक कार्य सांगाल?''

आता एकेकजण हिरीरीनं पुढं झाला.

''प्रवचनातून ते प्रबोधन करतात. गीतेचं महत्त्व आजही किती आहे ते जनसामान्यांपुढं ठेवतात.''

"व्यसनमुक्तीवर नुसतं बोलत नाहीत तर अनेकांना मुक्त करून आयुष्याच्या मार्गावर आणतात."

"वस्त्रदान, अन्नदान चालूच असतं. अनेक निराधार मातांची आश्रमात सोय केली आहे."

"अनाथाश्रमातल्या मुलांना वह्या, पुस्तकं, बॅगा यांचं वाटप करून शिक्षणाचं महत्त्व पटवून देतात."

"कुटुंबं मार्गी लावतात. पती-पत्नीत सलोखा घडवून आणतात. अनेक घरांतून संस्कार करणाऱ्या ग्रंथांचं वाटप केलेलं आम्ही पाहिलं आहे. आमच्यासारख्या तरुणांना उत्पन्नातला एक दशांश भाग समाजातल्या गरजूंसाठी वापरण्याची सवय लावतात."

"एच.आय.व्ही. बाधित जवळजवळ पस्तीस मुलांच्या संगोपनासाठी त्यांनी मदत केली आहे. अनेक मंदिरांच्या जीर्णोद्धाराला मदत, वेदपाठशाळा उभ्या करण्यात मदत केली. व्यासपीठावर येणारी रक्कम गरजूंना वाटून टाकली. त्यांचं म्हणणं एकच, "त्याचंच सर्व! त्यालाच अर्पण!"

मुलांना खूप काही बोलायचं होतं पण कुठून कुठून भक्तगण येत होते. त्यांची व्यवस्था करायला मुलं धावली. मी विचार करत तिथंच बसून राहिले.

संध्याकाळचा भक्तजनांबरोबरचा संवाद संपला. मी अभिजितला म्हटलं, "अभिजित, तुमचे दादा तुकोबा, एकनाथ महाराज यांची उदाहरणं देतात. तू एक अनुभव सांगितलास. आणखी काही सांगू शकशील?"

"सांगेन ना! कितीतरी उदाहरणं. मघाशीच बोलणार होतो, पण ते पाहुणे आले ना!"

"बरं, बरं. आता सांग. आपण त्या कट्ट्यावर बसू या निवांत."

"बरं का ताई, तेव्हा दादांची बी. ई. ची तिसऱ्या वर्षाची परीक्षा आटोपली होती. ते पुण्याहून बाभळगावला आले होते. एक दिवस शेतात फेरफटका मारत होते तर कुणीतरी मागून येतंय असं त्यांना वाटलं. वळून बघतात तर एक शाळकरी मुलगा. दादा बघतायत हे लक्षात आल्यावर तो अदबीनं म्हणाला, "दादा, राम-राम!"

दादा पण म्हणाले, 'राम राम!' पण हा कोण, कुठला त्यांना काही आठवेना. मग त्यानंच सांगितलं, 'धन्यानु, मी राजाराम कुंभाराचा लेक. निवृत्ती. पुढच्या वर्षी बघा मी धाव्वीत जाणार. मला इंग्रजी जमत नाय हो. तुम्ही शिकवाल?'

"दादांना प्रश्न पडला. कारण लाटे पाटलांकडं वहिवाटीनं कुभाराचं दुसरं

घराणं होतं. यांचा संबंधच नाही. हा मुलगा घरी येणार कसा? कुटुंबात वाद निर्माण व्हायचा. पण तो गयावया करून म्हणाला, 'मला व्याकरण तरी शिकवा. जून महिन्यात धाव्वीचे वर्ग सुरू होतील. तोवर शिकवा. मी जीव लावून अभ्यास करीन.' त्याच्या डोळ्यांकडे बघून दादा विरघळले. दुसरे दिवसांपासून शिकवणी सुरू झाली. कुठे ठाऊकाय? ताई, तुम्हाला कल्पना पण येणार नाही.

"दादांनी त्याला गाईच्या गोठ्यात बोलावलं. गोठा बघितलाय तुम्ही? खच्चून भरलेला. सकाळ संध्याकाळ धार निघायची तेव्हा वावर, एरवी कोण फिरकतोय तिकडं? दादांची शिकवणी भर दुपारी, त्या शेणा-मुताच्या वासात, गाईंच्या सहवासात सुरू झाली.

"एका महिन्यात दादांनी त्याचं व्याकरण पक्कं करून घेतलं आणि चक्क तीन तासांचा पेपर सोडवून घेतला. आज तो मुलगा शिकून अमेरिकेत गेलाय. सुस्थितीत आहे. तो दादांना मानत असेल तर नवल काय? विशेष म्हणजे त्या कुंभार कुटुंबाचीही दादांच्या कुटुंबात घसट निर्माण झाली. ही आठवण दादांच्या आईंनीच सांगितली मला. पण ताई, मला मात्र एक प्रश्न पडतो."

"कुठला रे?"

"त्या महिन्याभरात त्या गाई पण इंग्रजी व्याकरण शिकल्या असतील नाही?" अभिजित खट्याळ स्वरात म्हणाला.

"अरे व्याकरणच काय; एक तांबू गाय मला चक्क, 'गुड् मॉर्निंग' म्हणाली मी गेले होते तेव्हा." अभिजित मोठ्यानं हसला. त्याला म्हणायचं होतं, 'भेटलात खऱ्या!' अभिजित उठला. आपल्या मित्रांच्या मदतीला धावला. बाजूला एक तरुण रेंगाळत होता. मी विचारलं, 'कोण रे तू?'

"मी अभिजित माने."

"कुठून आलास?"

"यवतमाळहून"

"ओळखतोस दादांना?"

"तर!"

"मग, तुला पण काही सांगायचंय?"

"हो ना! बाकीचे बोलत होते. ते मुंबईचे लोक. मी लहान गावातून आलोय."

"असं काही नसतं बाळा! दादाजींना सगळे सारखेच."

"मला आण्णांबद्दल सांगायचं आहे. आज दादा जे आहेत ते त्यांच्या आण्णांमुळं." तेवढ्यात त्याला कुणीतरी हाकारलं. "ताई, इथंच थांबा. मी हा गेलो,

अन् हा आलो.'' तो धावतच गेला. काही सांगण्याची त्याची निकड मला भावली. वाट बघत मी तिथंच बसून राहिले.

आण्णा! बाभळगावचे पोलीस पाटील. मी सर्वांशी संवाद साधला होता, पण आण्णांशी काही बोलणं झालं नव्हतं. पुरुषांच्या कचेरीत बायकांनी जाणं गावच्या प्रकृतीत बसलं नसतं. खरं तर ''दादामहाराज'' ही व्यक्ती समजून घ्यायला त्यांच्या वडिलांशी बोलणं फार जरुरीचं होतं. मला आण्णा आठवत होते—

''या-या'' म्हणून तोंडभर स्वागत करणारे, चेहऱ्यावर सौम्य हसू, मृदू बोलणं आणि 'पोलीस पाटील' या बिरुदावलीला न शोभणारा पोशाख. पांढरा लेंगा-सदरा अन् गांधी टोपी; भक्तिरसानं ओतप्रोत भरलेला वारकरी जसा!

मी पोलीस पाटील पाहिले आहेत. त्यांचा रुबाब, अरेरावी, आवाजातला कठोर कोरडेपणा अनुभवलाय. मी मूळची कोल्हापूरकडची. खेड्यापाड्यांतून हिंडलेली. अशाच एक लहानशा गावात कार्यक्रमाला गेले होते. तिथं एस. टी. शिवाय दुसरं वाहन नव्हतं. सकाळची १० ची एस. टी. दहाला पाच मिनिटं कमी असताना मी धापा टाकत स्टँडवर पोचले! एकदाची १०.२० ला गाडी आली. मी कशीबशी माझ्या सीटवर पोचले. कंडक्टर, ड्रायव्हर चहा पिऊन तोंडात पान सरकवत. १०॥ पर्यंत आले. तेवढ्यात एक पोलीस पाटील ९-१० वर्षांच्या पोराला घेऊन आले. अगदी पहिल्या सीटवर एक खेडूत बसला होता. पोलिस पाटील आपल्या खर्जाच्या आवाजात म्हणाले, ''अवो मुंडासंवालं, उठायचं आन् मागं जाऊन बसायचं.'' ड्रायव्हर म्हणाला, ''अहो, त्यांचं रिझर्वेशन आहे.'' पाटीलसाहेब कडाडले, ''कोन रे त्यो मला अक्कल शिकिवणार? अवो कण्डक्टर, यांना सांगा आम्ही कोन आहोत ते. कायद्यानं वागायचं! अगदी शिस्तीत!

''आन् तुमी काय गोस्ट ऐकताय व्हय मुंडासंवालं? बेगीनं उतरा खाली का उतरवू तुमास्नी?'' तो बिचारा उतरला आणि थेट मागं जाऊन बसला. पोलीस पाटील मिशीला पीळ देत त्या पोराला म्हणाले, ''ग्यानबा, तू बस त्या शीटवर. यस. टी. आपलीच हाय. कुनी हटाकलं तर सांगायचं, पोलीस पाटलाचा नातू हाय म्हून. आरं, पोलीस पाटील म्हंजे काय समजलास? गावचं राष्ट्रपती समजत्यात त्यानला! हां, सुरू करा वो तुमचा खटारा.''

''अजून दोन पॅसिंजर यायचं आहेत साहेब.'' ड्रायव्हर घाबरत म्हणाला.

''आरं, ११ वाजलं. धाची यस्टी. काय कायदा, शिस्त हाय का नाय? येळ म्हंजी येळ! उसरा येनाऱ्यांना बसू दे बोंबलत. चला, सुरू करा.'' आणि एस. टी. सुटली. हा सगळा प्रकार मी मुकाट्यानं पाहात होते...

पण आण्णा असल्या जमातीतले नव्हते. ते पोलीस पाटील खरे, पण लोकांच्या हितासाठी धडपडणारे. योगायोगानं हा तरुण त्यांची आठवण सांगणार होता. मी विचार करत होते. एवढ्यात अभिजित माने धावत आला. "ताई, बोलू?"

"अरे हो. बस निवान्त. मी कुठं पळून जात नाही. हं, काय सांगत होतास?"

"ताई, खूप जुनी हकीकत आहे. मी माझ्या वडिलांच्या तोंडून ऐकली. तर बघा, गावात मोठा बखेडा माजला होता. सवर्णांनी भांडण उकरून काढलं होतं. तेव्हा असे तंटे सर्रास चालायचे. त्यांचं म्हणणं, हे महार, मांग, चांभार, भंगी गावात नकोत. त्यांना हाकलून लावायचं. गाव स्वच्छ ठेवायचा. महारवाडा उठवायचा."

"मग?" मी उत्सुकतेनं विचारलं.

"मग काय? मारझोड, पाणी तोडणं. एक-दोन बलात्कार पण झाले म्हणे."

"अरे बाप रे!"

"हो ना! बिचारे गोरगरीब पोरं पाठीशी बांधून निघाले. रडत भेकत वाड्यावर पोचले. म्हणले "अन्नानू, आमी गाव सोडून चाल्लो. गरिबाचं कोन हाय जगात?" आण्णा तिरमिरून उठले ते थेट महारवाड्यात जाऊन पोचले. म्हणले, "अरे तुम्ही गावकरी, आपला गाव सोडून चाललात कुठं? तुम्ही आहात म्हणून गाव स्वच्छ राहतं. इथं राहायचा तुम्हाला हक्क आहे. घाबरून पळता कुठं? मर्दासारखे राहा. ताठ मानेनं जगा. मी तुमच्या पाठीशी आहे." आण्णांनी लोंढे परत फिरवले. संध्याकाळी गावकऱ्यांची सभा घेतली. इथं आण्णांचा आवाज बदलला होता. ते समजुतीनं म्हणाले, "अरे बाबांनो, गावाला सर्वांची गरज आहे. त्यांना घालवून त्यांची कामं तुम्ही करणार आहात? गावाला महार, मांग, चांभार, भंगी सर्वांची गरज आहे. ती आपलीच माणसं आहेत. गावाचं आरोग्य त्यांच्या हातात आहे. नीट विचार करा. भडक डोक्यानं वागू नका. आया बहिणींची अब्रू लुटणारे कसले रे तुम्ही सुसंस्कृत? कायदे हातात घेऊ नका. जड जाईल. जगा आणि जगू द्या..." तो बोलता बोलता एकदम गप्प झाला.

मग आण्णांचा शब्द मोडण्याचं धाडस कुणी केलं नाही. मला ध्यानात आलं, आण्णांनी नुसता एक तंटा मिटवला नव्हता तर एका विध्वंसातून गावाला वाचवलं होतं. अख्ख्या गावावर एक संस्कार केला होता; आपल्या कृतीतून ! असे आण्णा आज समाजाला हवे आहेत, समाजमन घडवणारे, त्याला मार्गदर्शन करणारे! त्यामुळंच आण्णा गावाचे झाले. अभिजित पुढे म्हणाला,

"आज त्या जागी दादाजी आहेत. लोकांच्या मनावर राज्य करणारे! त्यांना प्रेमानं जिंकणारे! सन्मार्गावर नेऊन सोडणारे! अडलेल्याच्या पाठीशी उभे राहणारे!

इथं जमलेले हजारो लोक त्याचे साक्षीदार आहेत. गंडादोरा, मंत्रतंत्र, जादूटोणा या विरुद्ध आवाज उठवणारे दादाजी लोकांना एकच महामंत्र देतात—

“जनी निंद्य ते सर्व सोडोनि द्यावे
जनीं वंद्य ते सर्व भावे करावे
प्रभाते मनीं राम चिंतीत जावा
पुढे वैखरी राम आधी वदावा ।।”

समर्थांचा आचारधर्म सांगणारे दादाजी म्हणून लोकांना आपले वाटतात.”

मला तंद्रीतून जागं करत अभिजित म्हणाला, “आता सांगा ताई, आमच्या थोर आण्णामुळंच दादा घडले ना!”

“होय बेटा. हे संस्कार रक्तातूनच येतात. आई-वडिलांचे संस्कार, त्यांनी दिलेले विचार याला गुरु पैलू पाडतात. मग असा एखादा तेजस्वी हिरा निर्माण होतो दादाजींसारखा!”

“ताई, तुम्ही लई भारी बोलता! आवडलं आपल्याला.”

“बरं झालं मला सर्टिफिकेट दिलंस ते । आता पळ. तिकडे प्रसादाचं वाटप चाललंय. त्यांना मदत हवीय.” अभिजीत माने हसतच पळाला. आपण आण्णांबद्दल काही सांगू शकलो याचं समाधान त्याच्या चेहऱ्यावर होतं.

आमचा संवाद ऐकत एक गृहस्थ खुर्चीवर टेकले होते. ते किंचित् पुढे होत म्हणाले, “ताई, तुम्हाला कमाल वाटेल अशी एक हकीकत सांगू का?”

“सांगा तर! हकीकती ऐकायला तर बसलेय.”

“कसं बोललात!”

“तुम्ही कोणत्या गावचे हो भाऊ?”

“मी वाघळवाडीचा. हे आपलं बारामतीजवळ हो. आमचं आपलं खेडं!”

“तिथून बेळगावला आलात?”

“हां! गोडी लागली प्रवचनाची. दादाजी भला माणूस. भलंच सांगतात. कळलं की जातो त्यांच्या मागोमाग. आता मे महिन्यात करीमनगरला होतं बघा प्रवचन.”

“असं होय! कुठंशी आलं हे करीमनगर?”

“मध्यप्रदेशात.”

“असं! कशावर होतं प्रवचन?”

“दासबोधावर. त्यांचाच विषय. साजरं बोलले बघा. विषय होता, “गुरुनिश्चय.” सांगत होतो दुसरंच. तर, तीन दिवस प्रवचन झालं. हीऽऽ गर्दी हो! चौथे दिवशी

दादाजी निघाले जायला. वाड्यातल्या मुलांनी क्रिकेटचा डाव मांडला होता. तर अहमद मोमीन धीट पोरगा. पुढं होत म्हणला, "दादाजी, हमारे साथ क्रिकेट खेलेंगे?" त्यावर ते हसले. आम्ही बी हसलो. ते म्हणाले, "It's a mad men's game. गरीब राष्ट्रं हा खेळ खेळतात." पोरं गप झाली. पर चैतन्य म्हणून एक नंबरी पोर होतं बघा, असंल चार वर्षांचं. ते पुढं होत म्हणलं, "दादाजी, दादाजी do I look mad?" त्यावर त्यांनी चटकन त्याला उचलून घेतलं आणि म्हणाले,

"नाही बेटा, तू तो एकदम चालाख हो."

"तो खेलो ना हमारे साथ. आप खेल सकते हो ना!" दादाजी मोठ्यानं हसले आणि उभे राहिले की बॅट सरसावून. अरे काय रन्सावर रन्सा काढल्या! धम्माल उडाली. खेळ बघायला अख्खा वाडा खाली उतरला."

"सांगता काय भाऊ? हे-हे दादाजी मुलांबरोबर क्रिकेट खेळले?"

"खरं नाही वाटत? हे काहीच नाही. आमच्या वाघळवाडीच्या आश्रमशाळेत आलते बघा."

"कुठच्या?"

"उत्कर्ष आश्रमशाळा. हणमन्तराव सावंताची हो. गरीब, अनाथ मुला-मुलींची शाळा. दादाजींना स्नेह संमेलनाला बोलावलं होतं. मोठमोठ्यांची भाषणं झाली. आता सगळ्यांचं लक्ष दादाजींवर. त्यांनी गंमतच केली. मुलांना म्हणले, "बाळांनो, जन गण मन येतं का म्हणता?" पोरं मोठ्यांदी ओरडली. "होऽऽ!"

"मग म्हणून दाखवा बरं! अरे, उभे नका राहू. बसून म्हणा."

"छेऽऽ! जन गण मन बसून कसं म्हणायचं?" मुलं म्हणाली, सगळे उभे राहिले की! झाली सुरुवात एका सुरात. हेडबाईंना कळेना हे काय चाललंय पाहुण्यांचं. मग दादाजी म्हणाले, "तुमचं पाहुण्यांबरोबर चहा पान होऊ द्या. एक तासभर मुलं माझ्या ताब्यात द्या." दादाजी मुलांना घेऊन ग्राऊंडवर गेले. मग मोठ्यांसंगट व्हॉलीबॉल खेळले. मग त्यांना बाजूला केलं, आणि धाकल्यांबरोबर खो खो खेळले. शिशुगटाबरोबर चक्क आटापाट्या. पोरं खूष! लई भारी माणूस."

"माझा विश्वासच बसत नाही हो. तुम्ही प्रत्यक्ष पाहिलंत?"

"म्हंजे? शंका वाटते? अहो, शेकडो लोकांनी पाह्यलं. गर्दी पांगल्यावर एक मास्तर म्हणाले, "तुम्ही अध्यात्मातले लोक असं मुलांबरोबर खेळता?"

"का बरं? अध्यात्मानंच आम्हाला ही दृष्टी दिली.

'तुका म्हणे व्हावे,
लहानाहून लहान'

“आनंद हेच आपलं रूप! उपासना ही आनंदाची असते. ज्यांना हे कळत नाही, पटत नाही ते अध्यात्मातले नव्हेतच. निखळ आनंद, निर्मळ आनंद द्यावा. आनंदाचं वाटप करावं. प्रवचन देऊन त्या बालमनांना त्रास देण्यापेक्षा मी त्यांच्याशी खेळलो, त्यांच्यात एकरूप झालो...”

तर असे आमचे दादाजी!”

“भाऊ, खूप आभार! हे काहीतरी कल्पनेपलीकडचं सांगिलंत. नाव काय हो तुमचं?”

“नाव? तुम्ही पण भारी आहात. अहो, म्युनिसिपालटीतून रिटायर झालेला मी खेड्यातला शिक्षक. मला काय नाव दिलंत तर काय फरक पडणाराय? जय जय रघुवीर समर्थ!” गृहस्थ उठले आणि प्रसाद घ्यायला लगबगीनं चालते झाले. मी बघतच राहिले.

आलेल्या पाहुण्यांना प्रसादाचं वाटप झालं. सद्गुरु व्यासपीठावरून उतरताहेत हे माझ्या लक्षात आलं. मी भक्तांच्या गराड्यातून वाट काढत त्यांच्यापर्यंत पोचले.

“एक दोन प्रश्न विचारायचेत.”

“आत्ता?”

“होय. आपण शंकांचं निरसन करता असं मी ऐकलंय. सर्वसामान्यांच्या मनात जे प्रश्न उद्‌भवतात तेच मला विचारायचे आहेत. कृपा करून नाही म्हणू नका.”

त्यांनी समोरच्या खुर्चीकडं बोट दाखवलं. बसण्याची खूण केली. मी लगेच म्हटलं, “धन्यवाद!”

ते पुन्हा आसनस्थ झाले.

“आपण मला सव्वीस वर्षांपूर्वी भेटला होतात. अगदी तरुण. अजून साधना चालूच होती.”

“आजही चालू आहे. शोध चालूच असतो. ईश्वरापर्यंत पोचणं हेच उद्दिष्ट.”

“तर सव्वीस वर्षांपूर्वीचे आपण आणि आजचे आपण यात केवढा तरी फरक पडलाय. त्या काळात आपला बराच शोध घेतला. खुद्द आपल्या मातोश्रीही आपला ठावठिकाणा सांगू शकल्या नाहीत. या सव्वीस वर्षांत आपण जी तपश्चर्या केलीत त्याचं दृश्यरूप मी पाहतेच आहे. पण हे तपाचरण केलंत तेव्हा नेमके कुठे होतात?”

“मी हिमालयाच्या परिसरात होतो.”

“तिकडंच का?”

“एकांत! जिथं ‘स्व’चं खरं रूप कळतं. निसर्गाशी संवाद साधता येतो. अनेक साधू, संत, तपस्वी भेटतात. त्यांच्याकडून जीवनाचा अर्थ उलगडतो.

परमेशाच्या समीप जाण्याचा मार्ग मिळतो. मला श्रीरामांचा ध्यास लागला होता.''

''आपल्याला अनेक थोर लोक भेटले असतील. पण अनेक भोंदू साधू, बैरागी, सद्‌गुरु—''

''थांबा—'' त्यांनी मला एकदम थांबवलं. एरवी मृदू वाटणारा त्यांचा आवाज किंचित् धारदार झाला होता. ''आपण कोणता शब्द उच्चारलात? 'सद्‌गुरु'! जिथं सद् म्हणताय तिथं भोंदू म्हणणं गैरच. साधू, बैरागी, गुरुमहाराज अनेक असतील. बरे वाईटही असतील. पण सद्‌गुरु हे थोरच असतात. पवित्र आणि महान! तिथं वाईटाला थाराच नाही. सद्‌गुरु एखादेच असतात. तो उल्लेख आपण आदरानंच करावा.''

''क्षमा करावी. अनवधानानं मी बोलून गेले. मला आपले बरे वाईट, क्लेशदायक तसेच आनंददायक अनुभव हवे आहेत. कारण असे अनुभव क्वचितच ऐकायला मिळतात.''

''खरं आहे. मलाही हे भ्रमण खूप काही देऊन गेलं. मी तिथून परतलो तो कुणी नवा होऊनच. आधीची कात टाकून. अनुभव अनेक आहेत. ठळक काही सांगतो—

''सद्‌गुरु श्रीधरस्वामींच्या प्रेरणेनं मी हिमालयाच्या भ्रमंतीला निघालो. ऋणानुबंध लक्षात घ्या. हा समर्थांचा आशीर्वादच म्हणायला पाहिजे.

''पहा, मी दीड वर्षांचा होतो तेव्हा श्रीधरस्वामी घरी आले होते. त्यांनी माझ्या कपाळावर चंदनाची त्रिपुटी लावली होती आणि ओल्या कुंकवानं स्वस्तिक काढलं. आई-आण्णांना सांगितलं, ''तुम्ही मुलाची काळजी करू नका. तो जगाची काळजी करेल.''

''मी सातवी-आठवीत असेन तेव्हा त्यांनी देह ठेवला. त्यांचे अनेक ग्रंथ आहेत. 'हिंदु संस्कृती' या ग्रंथात त्यांनी फार सुरेख विवेचन केलं आहे. त्यांचे ग्रंथ मला पथदर्शक वाटले.''

''मग जाणत्या वयात त्यांचा प्रभाव कसा पडला? प्रत्यक्षात तर ते नव्हतेच.''

''विश्वास ठेवा किंवा ठेवू नका. मला दोन वेळा दृष्टान्त झाला! एकदा सज्जनगडावर आणि दुसऱ्यांदा वरदहळ्ळीला. ते म्हणाले, ''तुला शास्त्रीय नेत्र हवेत.'' मला नक्की आठवतं, अगदी आजही. तेव्हा रात्रीचा दीड वाजला होता. गुरुवार, मापगारा. दुर्गाष्टमी होती.

''त्यांचे शब्द प्रमाण मानून मी मनुष्य, निसर्ग, साधुसंत यांचा अभ्यास करायला उद्युक्त झालो.''

◈◈

११

मी पुन्हा मूळ धागा पकडला. विषय बाजूला पडता कामा नये.

"तर, एका साधूचं जीवन समजून घेऊन ते सर्वदूर पोचवण्याचा प्रयोग मी करते आहे. त्या दृष्टीने मी आपला बराच शोध घेतला. अनेकांना भेटले. असं कळलं की, आपण हिमालयात गेला आहात. मी शोध थांबवला. पण आपण 'स्व'रूप जाणून घेण्यासाठी आणि प्रभू रामचंद्रांचं दर्शन व्हावं म्हणून गेला आहात, असं शिष्यानं सांगितलं. खरंय का?" ते क्षणभरच आत्ममग्न झाल्यासारखे वाटले. डोळे मिटलेले. माझी उत्सुकता ताणली होती.

"हिमालयात गेलो होतो. हे सत्य आणि प्रभूंचा शोध...? ते बाहेर कुठे आहेत? ते माझ्या सन्निधच आहेत, माझ्यात आहेत."

"हं! हिमालयात आपण कुठं कुठं गेला होतात ? काय अनुभव घेतलेत ते सांगा. सर्वसामान्यांना याविषयी खूप उत्सुकता असते. लोकांच्या दृष्टीने बंद असलेले हे दरवाजे मला उघडायचे आहेत. माझ्या लेखनाच्या दृष्टीनं—"

"सांगतो, शक्य तेवढं सोप करून सांगतो. मी सामान्यांहून कुणी वेगळा नाही.

"सुरुवात जरंडेश्वरापासून झाली. हे सर्व भ्रमण काही हेतूनेच झाले. यातला आध्यात्मिक भाग थोडा बाजूला ठेवून अनुभवातला भाग अधिक सांगतो. आपल्याला रुचेल तो घ्या.

" मी ब्रह्मचारी माणूस. निघालो भटकत. कधी झाडाझुडपांच्या सान्निध्यात तर कधी डोंगरदऱ्यात एकटा राहिलो. 'जरंडेश्वर' सातारा जिल्ह्याच्या पूर्वेला. हे ३००० फूट उंच गिरिशिखर आहे. या ठिकाणी

साधनेसाठी राहिलो. बारा बैलांचा कडा असलेला दाट झाडीचा भाग तो आणि तिथे दोन कपारी आहेत. एक अतिशय छोटी आणि दुसरी काळे महाराजांना जिथं साक्षात्कार झाला ती कपार. सायंकाळी ७ नंतर ९.३० पर्यंत त्या कड्यावर बसून ध्यानधारणा व्हायची. जप व्हायचा. श्री रामदासांच्या पदस्पर्शानं पुनित झालेली ही भूमी. शनिवार-अमावस्या असेल त्या दिवशी येथे रहदारी असे. एरवी लोक नसत.

"अनेक वनस्पतींची ओळख या पर्वतावरच झाली. तेथे एक विचित्र वनस्पती होती. ती चावून खाल्ली की दात पडायचे. त्याचे प्रयोगही केले. त्या शिखरावर हनुमान देवस्थान आहे. त्यामुळे रामनाम व्हायचे आणि येथेच काही पाठ निसर्गसान्निध्यात राहून शिकलो. या डोंगरावर दोन मोठ्या टाक्यांमध्ये पाणीसाठा असतो. ते पाणी घागरीमध्ये भरून डोईवर घागर घेत देवाच्या स्नानासाठी आणावे लागे. स्वयंपाकास ते पाणी असे. टाकीपासून ६०० मीटर चढ चढून यावं लागे. संयम, साधी राहाणी, स्वावलंबन, शारीरिक श्रम, आत्मनिर्भयता, निसर्गप्रेम, हे गुणसंपादन हा खरा उचित जीवनमार्ग हे प्रथम कळले. भावले. जरंडेश्वर शिखरावरील हवा मन प्रफुल्लित ठेवणारी ठरली.

"जरंडेश्वरांच्या डोंगरावर कष्ट पडत होते. पण मन प्रसन्न राहात होते. थोडी विश्रांती घेऊन मी चिंतन करीत बसे. समर्थांच्या दासबोधाचे समास वाचत असे. याच जरंडेश्वराच्या सान्निध्यात पौर्णिमेचे चांदणे, अमावस्येचा काळोख, रात्री कानावर पडणारे वनचरांचे, रातकिड्यांचे आवाज, माणसांच्या मार्गात न येता जगणारी सृष्टी, त्या सृष्टीचे आरोग्य, सामर्थ्य व समाधान मी उघड्या डोळ्यांनी पाहात होतो. माझे हातून सेवारूपाने का होईना श्रम होत होते. इतरांच्या कष्टाने उदरभरण करणे युक्त नव्हे, हे घरी शिकलो होतोच. नोकरी करताना क्रिएटिव्ह कंपनीला देत होतो. पैसे मिळत होते. पैसे देऊन जेवणाचा डबा मिळत होता. पण इथं ?... कष्टेविन सर्व व्यर्थ याचा प्रत्यक्ष (practical) बोध झाला. खरे सुख हे आपल्या अस्तित्वाच्या अनुभवात आहे हे पूर्ण लक्षात आले. डोंगरावर संस्थानाच्या गायी होत्या. त्यांचे शेण जेव्हा मी काढत असे, तेव्हा गंगा-गोदा -यमुना नाव घेतले की गायी बाजूला सरकायच्या. गोठा अर्ध्यातासात साफ व्हायचा. त्यांना गवत, कडबा टाकताना नामदेवरायांच्या गवळणी वैखरीतून बाहेर पडायच्या. त्यांची वासरे मला पाहिलं की उड्या मारायची, मला चाटायची, मला पाहात राहायची.

"जरंडेश्वराच्या सान्निध्यातच जीवनातील गरजा आणि गुंता कमी झाला. अंतर्मनात प्रवेश झाला तो जीवनाचा गाभा जाणून घेण्यासाठी... आणि हनुमान उपासना मार्ग स्वीकारला. त्या उपासनेला दृढ चालवण्याचा प्रयत्न केला. थोडं दृष्टान्ताबद्दल सांगू का ?"

"एरवी या गोष्टींवर माझा फारसा विश्वास नाही. पण एका साधूचं आयुष्य जाणून घेतेय; तेव्हा हे ऐकण्याचीही उत्सुकता आहेच. बोला-

"मी ४० दिवस मौन पाळून मारुतीरायाच्या चरणी सेवा केली. ११ दिवसांचे अनुष्ठान करायचे ठरवले. समर्थ रामदास स्वामीकृत 'मारुती प्रताप ' ह्या काव्यमय लेखनाचे हजारो पाठ घडले. हा हनुमानाचा दरबार. तो निस्सीम भक्त-त्याच्या हृदयी- सदनी- वदनी-शयनी- ध्यानीमनी केवळ रामनाम व रामरूपच ! वैराग्य संपन्न, शक्तिमान, सोज्वळ आदर्श घ्यावा अशी मूर्ती माझ्यासमोर होती. त्याचं चरित्र डोळ्यासमोर राहिलं अन् तुम्हाला सांगतो; मन कुठंही जाऊ नये म्हणून एकाग्रतेसाठी मुखानं अखंड नामस्मरण; डोळ्यांनी इतर काहीही ऐकू नये म्हणून सदोदित मारुतीदर्शन (त्राटक लावणे); कानांनी इतर काहीही पाहू नये म्हणून सतत हनुमानकवच -हनुमानचालिसा मोठ्यानं पाठ म्हणे. हातांनी इतर काहीही करू नये म्हणून अखंड तुळशीमाळ जपणे- पायांनी इतर कोठेही जाऊ नये म्हणून हनुमान दरबार व परिसराचं बंधन घालून घेतलं. एकूण काय, तर राम-हनुमान चिंतनात सारखा रममाण होऊन राहिलो.

"चमत्कार म्हणा, की दृष्टान्त; विश्वास ठेवायचा तर ठेवा. जे घडलं ते सांगतो.

"नित्य अनुष्ठान चालू होतं. पण मारुतीचा दृष्टान्त नाही. पहिला.. दुसरा.. तिसरा ही दिवस मावळला. अखंड नामस्मरण चालूच होतं. भूक-तहान-झोप हे सर्व देहधर्म सुटले. मनाचे व्यापार स्तब्ध झाले. अंत:करण पूर्ण निर्वासन झाले. शरीर मन हलकं हलकं झालं. नेत्रामध्ये नवतेज आल्यानं मला गाभाऱ्यातून उठू वाटेना. मनाची उंची वाढली. चौथा...पाचवा...सहावाही दिवस संपला. हनुमान गाभाऱ्यात अन्नपाणी वर्ज्य करून मी स्वत:ला कोंडून घेतलं होतं. सायंकाळी ८.३० वाजता मंदिरातील नियमित आरती मी करायचो. बाहेरून दाराला कुलूप होतं. माझी सायंकाळची आरती घंटानाद करत व्हायची. मी आत जीवंत असल्याचा संदेश सीतारामबापू पुजाऱ्यांना ती देत असे. बापूंनी आपला जीव मुठीत धरून मला परवानगी दिली होती. (पुढे त्यांनी मला १० वर्षांनी सांगितले की ते गाभाऱ्याच्या बाहेरील भिंतीला शिडी लावून वरील छोट्या खिडकीतून चोरून मला पाहत होते. कारण त्यांचा एक विचित्र अनुभव होता. एक साधक तीन दिवसांतच गतप्राण झाला होता. तेव्हा त्यांना... असो.

"८ वा दिवस ! मंगलमय सुप्रभात होती. मी उच्चारत असलेल्या रामनामाची अखंड धून गाभाऱ्यात घुमत होती. दुपारच्या सुमारास मूर्तीतून असंख्य किरणं बाहेर पडताना पाहिली. कर जोडत होणाऱ्या आध्यात्मिक अनुभूतीला सामोरे जात असतानाच दिव्य प्रकाश आणि रामनाम उमटले. जीव थरथरला. शारीरिक शक्ती कमी पडली.

पण नेत्रांनी, कर्णांनी दिव्य अनुभूती घेतली. भुभुत्कार ऐकला. रामनामाचा प्रतिध्वनी उमटलेला ऐकला आणि हनुमानाची दिव्य मूर्ती भव्य होताना पाहिली. गाभारा प्रकाशाने उजळला. इतर काही कळत नव्हते, पण महारुद्राचे दर्शन होऊन नेत्रातून धारा येत होत्या. मी नतमस्तक झालो. 'पवनपुत्र हनुमान की जय' म्हणण्याएवढीसुद्धा शुद्ध नव्हती. देहबुद्धी झडली. पवनपुत्राचे दर्शन झाले.

"९ वा दिवस ... १० वा दिवस उजाडला. पुनश्च नामस्मरणाची गती अधिक झाली. आणि मध्यरात्रीनंतर पुन्हा एकदा मारुतीदर्शन झाले. तरी 'तुला प्राप्त असलेले रामनाम बरोबर ठेव. सर्वठिकाणी प्रेमभक्ती वाढेल असा उपाय करत जा. मी नित्य तुझा- अखंड तुझ्याबरोबर आहे." ही दिव्य वाणी ऐकली. मारुतीच्या चरणावर लोळण घेतलं. जन्मोजन्मीची पुण्याई फळली. देहसुद्धा हरवून बसलो. सायंकाळची आरती झाली नव्हती. गाभाऱ्यातून आवाज बाहेर येत नव्हता. सीताराम बापू घाबरले. वरील खिडकीतून डोकावले. दादा दादा म्हणून हाक मारली. माझी 'ओ' नाही. त्यांनी धाडसानं गाभाऱ्याच्या दरवाजाचे कुलूप उघडले. त्या आवाजानं शुद्ध आली. मौनाचा ४०वा दिवस आणि अनुष्ठानाचा ११ वा दिवस. बापू मला धरू पाहत होते. त्यांना मी फक्त हात जोडले. त्यांच्या डोळ्यांत अश्रू होते. मी शांत होतो. बापू म्हणाले, 'दादा, तो तुमचाच आहे. आता देह कष्टवू नका. मौन सोडा. दूध देऊ का? मौन काया-वाचा मनानं असल्यानं त्यांना समजेल असं काहीही करू शकलो नाही. पहाटेपर्यंत सीताराम बापू जवळ बसून होते. पहाटे ५च्या सुमारास मी अनुष्ठान पूर्ण करून ६०० मीटर दूर असलेल्या टाक्यावर स्नानास गेलो. एक पाण्याची कळशी भरून आणली. दूध-दह्यांची व्यवस्था बापूंनी केली होतीच. महारुद्राला रुद्राभिषेक केला. ब्राह्मणभोजन, थोडे अन्नदान केले, देव-ब्राह्मण दोघांना आणि बापूंना दक्षिणा दिली. दोन दिवस जरंड्यावर राहून समर्थांचा दृष्टान्त झाल्याने गडावर गेलो. तेथून पुढे हिमालय प्रातांची ओढ लागली."

थोडावेळ ते डोळे मिटून गप्प; मीही स्तब्ध निश्चल. त्यांना भावसमाधीतून जागवू कशी? सर्व भ्रमंतीचा नेमका अंदाज घेऊन ते बोलू लागले. त्यांच्या आवाजातला फरक मला जाणवला. आता ते स्वत:शीच किंचित् गूढ, घन आवाजात सांगू लागले—

"मला काही गूढ दर्शने घडू लागली. स्वप्ने पडू लागली. मी जेव्हा हे जीवाभावाच्या माणसांना सांगे तेव्हा वडीलधाऱ्यांनी, मित्रांनी हे सर्व स्वप्नरंजन मानले. मला स्वत:ला त्या परमेश्वराच्या पाऊलखुणा वाटत होत्या. एका अज्ञात शक्तीचा स्पर्श मला जागवू लागला. या धूसर अनुभवांना साधनेची शिस्त लागावी म्हणून मी अतीन्द्रिय अशा विद्येचे कोणी आचार्य भेटावेत म्हणून शोध सुरू केला.

संभ्रम आणि साक्षात्कार यांच्या सीमेवरचा तो संधिकाल होता. या अवस्थेत कालक्रमणा करीत असताना माझे मन आसन, प्राणायाम, हनुमान-उपासना करीत होते. पैगंबर, योगी, संन्यासी, अधूनमधून भेटत होते. प्रत्येकाला हिमालयाचा मार्ग विचारत होतो. शेवटी एका आश्रमात एका संन्याशाकडे हिमालयातील विविध आश्रम-मंदिरे, गुंफा यांचा मार्ग असलेला जीर्ण नकाशा मिळाला. त्या संन्याशाला वश करून घेण्यात आठ दिवस गेले. मग एकदाचा नकाशा मिळाला. प्रवास उत्तरकाशीच्या दिशेने चालू झाला. शबनम बॅगेत आजोबांचं (आईच्या वडीलांचं) 'भक्तिरसामृत' आईनं दिलं होतं. गीता अनुवाद, इंग्रजीत असलेली डॉ. ॲनी बेझंट यांची भगवत्‌गीता आणि लोटा भांडं होतं. थोडे पैसेही जवळ होतेच. चहा घेत नव्हतो. बाहेरचे (हॉटेलचे) खाणे वर्ज्य होते. मिळेल तेथे गाईचे दूध घेत होतो. काही प्रवास पायी तर काही मिळेल त्या साधनानं असे करीत उत्तरकाशीला पोचलो. एका आश्रमात आश्रय मिळाला. दोन दिवस तेथे राहिलो. पण चिलिमीचा धूर आणि आश्रमातील गोंगाट यानं तिथं जीव रमला नाही. दोन दिवसांनी पायी प्रवास सुरू केला. रस्ता, गावं, माणसं, निसर्ग सगळं नवीनच. भाषा, आचारधर्म वेगळा. मौन त्यावेळी औषधच ठरलं. तऱ्हेतऱ्हेचे लोक, संन्यासी रस्त्यात भेटले. आता प्रत्यक्ष अनुभवच सांगतो. २३ ऑगस्ट, दुपारी चारची वेळ होती. आकाशात मेघ दाटून आले होते. मला काय करावं समजत नव्हतं. एक साधू जवळ आला. 'नमो नारायण' म्हणत दंडाला धरून म्हणाला, "आप इस ओर की नही मालूम होते. आप महाराष्ट्रीयन हो?" मी मान डोलवली. हिरवट रंगाचे डोळे, पांढरी शुभ्र दाढी, गोरा, उंचीपुरी देहयष्टी असलेला तो साधू म्हणाला, "आओ महाराजजी मेरे साथ. आज यहाँ एक भगत के घर उतरेंगे. कल आप आश्रम साथ चलना." मला थोडं हायसं वाटलं. हनुमानजींचं स्मरण करत मी त्यांच्या स्वाधीन झालो. साधू हसतमुख, शांत, सुस्वभावी होता. त्यांच्या एका चेल्याच्या घरी रात्र काढली. दुसऱ्या दिवशी रवाना होताना त्यांच्या चेल्याने एक वुलनची शाल माझ्या अंगावर घातली. २५ रुपये दक्षिणा दिली. मी परत त्याच्या अंगावर तीच शाल प्रसाद म्हणून पांघरली. 'नही महाराजजी, ये आपके लिए है। बाबाजी के यहा आपको थंड लगेगी "

मी अंतरीच्या बोलानं म्हणालो. "बाबाजी है ना मेरे लिए" तेव्हा तो जोराजोरात हसला. म्हणाला, "चलो महाराजजी." दोघेच निघालो. रस्त्यात पूर्ण मौन. नागमोडी चढण पार करत पायी प्रवास. त्या स्वामींच्या स्थानावर आलो. एका दाट झाडीतून एक पाऊलवाट (३०० मीटर असावी.) पुढे एक गुंफा. गुंफेच्याबाहेर ८ फूट उंचीचा त्रिशूळ उभा रोवलेला. गुंफेला ना दरवाजा, ना कुठले झाकण वा

आडोसा. आत प्रवेश करताच 'आईए महाराजजी, आसन लगाईए' म्हणत स्वामींनी मला धुनीजवळ बसवले. त्यांचा एक सेवक आला. म्हणाला, स्वामी, 'चाय पियेंगे?' मी नको म्हटलं तेव्हा त्यानं एका लोट्यात दूध आणून दिलं. संध्याकाळ. थंडी. डोंगरावर सगळं वृक्षांचं साम्राज्य, पुढं छोटं मोकळं मैदान. साधूनं धुनीतली राख अंगाला फासली. त्यांनी आसन लावलं. लोहाराच्या भात्यासारखं त्याचं पोट उडू लागलं. भस्त्रिका क्रिया तो करत होता. थंडीच्या माऱ्याला तोंड देण्याच्या दृष्टीनं हा प्रयोग असावा. मी आपला चुप. माझ्या उपासनेचा नित्यनियम मी उरकला. जेवण झालं. साधू काल बोलला तेव्हापासून अद्याप बोलला नव्हता. साधू खरा वाटला. बोलणं दोघांचंही कमी. दोघंही नि:शब्द. माझ्यासाठी हे सर्व नवं होतं. निसर्ग प्रतिकूल होता. पण मनाची हिरवळ शांत करत होती. मनाला शीण नव्हता. मी दमलो होतो. डोंगरावर इतक्या घळ्या-म्हणजे दऱ्या होत्या की, चालणं त्रासाचं झालं होतं. फुटावरचं दिसणार नाही असं दाट धुकं आणि चढ-उतारानं जीव दमला होता. साधूबाबानं हे ओळखून मला हातानं शिवलेल्या दोन उत्तम गोणपाटाच्या घड्या आणि एक घोंगडे देऊ केलं. मी नम्रतेनं स्मित करत स्वीकारलं. त्यांच्या चेल्याला म्हणालो, "भाई, कहाँ सोना है?" त्यानं बाबांच्या कुटीकडं अंगुली निर्देश केला. तेव्हा साधू बाबा म्हणाले, "महाराजजी, आप यहाँ विश्राम करो. बाहर मत जाना." गुफेमध्ये गारवा होता पण धुनीची ऊब गर्मी देत होती. एक कोपरा पकडत मी निद्रिस्त झालो. दोनेक तासांनी डोळे उघडले. साधूबाबा धुनीशेजारी बसलेले. शरीर मस्तीत डोलत होतं. त्यांना काही साधनेत जाणीव होत होती. जोपर्यंत जाणीव हरवत नाही, तोपर्यंत साक्षीभाव असतो. नंतर झोपलेल्या बाळासारखं निवांत सुखात पडायचं असतं. ज्ञानेश्वरीत ज्ञानदेवानं हे लिहिलेलं मला ठाऊक होतं. एका अर्ध्या तासात साधूबाबा शांत, निस्तब्ध स्थितीत बसलेले मी पाहिले. त्यांची साधना पाहात पाहात पुन्हा झोप लागली. पहाटे उठलो तेव्हा साधूबाबांची पुसटशी आकृती पेटलेल्या धुनीशेजारी पद्मासन घालून बसली होती. धुक्यानं गुंफेमध्ये प्रवेश केला. आत सर्व अंधुक. धुनी पेटलेली. मी अवाक् झालो. आवाज न करता गुंफेच्या बाहेर आलो. बांबूची कुटी. चेला कुटीत कानटोपी, दोन दोन ब्लँकेट ओढून झोपलेला. कोपऱ्यात एक दिवा मिणमिणत होता. बाजूचा सगळा परिसर धुक्यानं ओला केलेला. प्रचंड धुकं. प्रथमच कळलं पहाट ही आंधळी असते. हाताची बोटं अखडलेली. मी काही जीतेंद्रीय नव्हतो. शरीराची दु:खं, थंडी, ऊन, वारा पाऊस मलाही बाधू शकत होते. पाय गारठले होते. गुंफेत प्रवेश केला. पुन्हा घोंगडीवर येऊन बसलो. गोणपाट अंगाभोवती गुंडाळला. धुनीजवळ बसलेले साधूबाबा ध्यानात हरवलेले होते. किती

वाजले म्हणून बॅगेतलं घड्याळ काढलं. ते पण गारठलेलं होतं. दीड एक तासानं साधूबाबा ध्यानातून बाहेर आले. शांत, प्रसन्न मुद्रा. त्यांची नजर माझ्याकडं वळली. म्हणाले 'आओ महाराजजी.' मी जवळ जाताच गोणपाटाच्या गुंडाळीतील पुरचुंडी काढत त्यातील हिरवी पूडवजा भुकटी माझ्या हातावर ठेवत म्हणाले, 'चल हमारे साथ...' सभोवतीच्या धुक्यात दोघं अदृश्य झाल्यासारखे चालू लागलो. उत्साह होता. तो आनंद, ती मस्ती सगळं सुखावह होतं. हाताची बोटं गारठून लाकूड झाल्यासारखी झाली होती. धुक्यात, थंडीत चालण्याची अत्यंतिक मस्ती गारठलेल्या शरीराला शह देत होती. तसं फार सोप्पं... पण सारं अवघड वाटत होतं. दोन-चार फुटांवरचंही दिसत नव्हतं. पण चाललो होतो. पृथ्वीवर नसून कुठल्या अज्ञात विश्वात आहोत असं वाटतं होतं. पाय चालत होते. नामस्मरण चाललं होतं. एकूण उत्साह-आनंद आणि साधूसंगती लाभली होती. दीड किलोमीटर वर-खाली अशी पायपीट करत साधूबाबांनी त्या गारठ्यात मला एका छोट्या डोहाजवळ आणलं. 'बेटे, न्हा लो,' असं म्हणत साधूबाबा उद्धारले, 'आओ महाराजजी, पाणी बहुत अच्छा है । शुद्ध हो जाओ।' शरीरात थंडी भरलेली आणि काय बुद्धी झाली इथं यायची ! 'आओ महाराजजी' म्हणून साधूबाबांची पुन्हा हाक. मन स्वत:शीच बोलत होतं. देह म्हणजे सर्वस्व नाही. मी कोण आहे. या प्रश्नात शरीर मावलेलं नाही. तरीही शरीराच्या अस्तित्वानंच-शरीराच्या माध्यमानंच देवत्वाचा, दिव्यत्वाचा, चैतन्याचा अनुभव घ्यावा लागतो. चल, हो पुढं. समर्थांचं वचन,

'नाशिवंत तितुकेचि देसी ।
तरी पद प्राप्त निश्चयेसी।।
त्यामध्ये लालूच करिसी ।
तरी स्वहित न घडे ।।'

''त्रासाची मजा आनंदानं भोगायला हवी. आपल्याबरोबर शरीर आहेच की, याची थोडी जाणीव ठेवण्यात आनंद आहेच.

'देहबुद्धी हे झडे ।
तरीच परमार्थ घडे।'

''शरीर कुडकुडत होतं. 'रामराम' म्हणत पाण्यात शिरलो. साधूबाबा हसले. म्हणाले ' महाराजी, ये जल हमारे लिए प्रभू ने दिया। आओ आगे, थोडा और आगे। देखो, प्रभू कितने प्यारे है। दयालू है।'

''शरीराचा शीणच गेला. पाणी कोमट होतं. मनसोक्त बुडलो-डुंबलो. हे सगळं घरी कसं मिळावं? साधनेची नशाच न्यारी. साधुबाबा काही मंत्र म्हणत होते.

मंत्राच्या उच्चारानं त्यांचा नादमधुर ध्वनी कानावर पडत होता. त्यांची दृष्टी ऊर्ध्व झालेली. डोक्यावर जटांचा भार. धुकं असूनही त्यांची मूर्ती विलोभनीय वाटत होती. सिद्धांच्या प्रदेशात आलो होतो.

'चिदानंदरूपं शिवोऽहम्, शिवोऽहम् ।'

"पुन्हा साधुबाबा बोलले. त्यांनी मला आचारसंहिता घालून दिली. काही वेळ ध्यानासाठी -काही साधनेवर चर्चा, काही नामस्मरण, काही आयुर्वेद, काही योग आणि अडीच तास विश्रांतीसाठी. साधूबाबा नियमित प्रेमानं मला अनेकानेक गोष्टी ज्ञानात्मक विचारानं समजावून देत. शरीरावर जय मिळवण्याचे प्रयोग. ध्यानाची तर त्यांनी माझ्याकडून तयारी करून घेतली. खूप खूप प्रेम केलं. आशीर्वाद दिले. विद्या दिली. गुरुदक्षिणा म्हणून द्यायला गेलो तर म्हणाले, 'बेटे, प्राणिमात्र के प्रती प्रेम सद्भावना रखो। सद्गुरुवचन न भूलो।'

"माझ्या डोक्यावरून प्रेमाचा, आशीवार्दाचा हात फिरवला तेव्हा वाटलं, इथंच देह पडेस्तोवर राहावं, साधूबाबांची सेवा करावी—"

"जरा मध्ये बोलते, क्षमा करा. या टप्प्याच्या शेवटाकडं आपण आलात. जरा तिथला एखादा अनुभव सांगता?"

ते थोडे हसले. म्हणाले. "मला प्रश्नात गुंतवता आहात. ठीक. सांगतो अनुभव—"

"साधूबाबा राहात असलेलं ठिकाण. दोन्ही बाजूंनी गर्दघन झाडांची दाटी. निर्मनुष्य. विविध रंगांच्या पक्ष्यांची विविध तालसुरांची गाणी कानाला रमवत होती. माझ्या मुखी नामस्मरणाची अमृतवाणी. मनाची धून, निसर्गलयीत रंगलेली. तीन महिने, दोन दिवस साधूबाबांचा सहवास. त्यांच्या गुंफेत दोन कमंडलू, गोणपाट, घोंगडी; २-३ भांडी; सुकलेले भोपळे, अग्निकुंड, चिमटा, रुद्राक्ष माळ. अगदी वरवर साधी वाटणारी गुंफा पूर्ण चैतन्यानं सजलेली. गुंफेचा कोनाकोना साधनेनं भरलेला. सतत मंत्रजागर, अखंड अग्नितेज, जडीबुटीचा वास, स्वच्छ मंगल गुंफा! साधूबाबांचा चेला मी आल्यापासून थोडा ढोंगी झाला होता. तो भोगी वाटला. त्याला इथं काही आनंद मिळणार नव्हता. साधूबाबा त्यांची सेवा क्वचितच घेत असत. साधूबाबा रोज मला अनंत प्रकारे माहिती देत. हिंदी भाषा. काही शब्द कळले नाहीत की उदाहरणे देत. गुंफेतील झाडलोट-भांडी घासणे- साधूबाबांना गूगळाळीचे पाणी उकळून देणे, अंगण स्वच्छ ठेवणे अशी छोटी छोटी कामं मी स्वतःहून करत असे. साधूबाबांचा कुठलाच त्रास नव्हता. उलट माझ्या साधनेकडं ते लक्ष देत. पुढं हिवाळा सुरू झाला. ते माझी काळजी घेत. हळूहळू साधना वाढवत ते माझ्याकडून सर्व करून घेत.

परिणाम असा, की मी केवळ कटीला असलेल्या वस्त्रानिशी बसू लागलो. ध्यान घडू लागले. हिवाळा असल्यानं भूक लागत असे. मी साधूबाबांना सांगताच ते म्हणत, 'ब्रह्मचारी बेटे, लगी भूख ही अपना भोजन समजो । साधना बढाओ । प्यास लगी तो वही पानी समजो । हरिस्मरण बढाओ । अपने आपसे उठो । प्रसन्न हो जाओ ।''

''साधूबाबांचे बोल आरपार अंतरी खोलवर गेले. पुन्हा म्हणून मी खाण्यासंबधी त्यांना विचारलं नाही. त्यांचे बोल आणि आशीर्वाद आजही मी पाळतो आहे. खूप खूप लाभ झाला तेथील अनुष्ठानाचा. मूठभर पिवळे मूग ते देत. तेही स्वत:च्या मुठीने. त्यांची एक मूठ, माझी एक मूठ. ती डाळ पाण्यात उकळून घ्यायची. तेवढेच काय ते जेवण. हा आचारधर्म तीन महिने चालला. तीन महिन्यांत फक्त एकदाच गूळ शेंगदाणे खायला मिळाले. प्रकृती उत्तम राहिली. वजन घटले होते. शरीरभर तेज आले.

''अन्न तारी । अन्न मारी ।
अन्न नाना विकारी।''

''हे समर्थांचे वचन प्रत्यक्ष अनुभूतीस आले. एकदा साधूबाबा तीन दिवस झोपून होते. डोळे उघडे. शरीर एका कुशीवर झुकलेलं. मुगाचं पाणी पिण्यास आणि मुगाचा लगदा खाण्यास उठत. तिसऱ्या दिवशी त्यांनी मला एका थैलीकडे अंगुली-निर्देश करत सांगितलं, 'बेटे, उसमें से मूंग लो।'' त्या दिवशी गारठा खूप होता. साधनाही सीमापार झाली होती. तुकोबा म्हणतात तसं 'लालचावले मन...' मी चार मुठी मूग गुपचूप घेतले. आणि वेगानं गुंफेच्या बाहेर असलेल्या बांबूच्या कुटीत जाऊन ते शिजवले. पितळी थाळा अन् त्याला एक गुळगुळीत अंगठ्याच्या आकाराचा दगड दोरानं बांधलेला. गुंफेतून कुटीपर्यंत पोचलेला. तो साधूबाबांनी ओढला की घंटे सारखा आवाज व्हायचा. पळत जाऊन 'जी महाराजजी' म्हणावं लागे. अधिक मूग एकत्र शिजायला टाकल्यानं वेळ लागत होता. थाळा वाजला. मी पळत गेलो, म्हणालो 'थोडा समय अभी है।' कुटीत माघारी येईपर्यंत धाकधूक. एकदाचे मूग शिजले. नियमाप्रमाणं एका मुठीचा वाटा साधूबाबांना दिला. रोज एकदा त्यांचा वाटा दिला की ते मला त्यांच्याजवळ थांबू देत नसत. पण आज म्हणाले, 'थोडे बैठो महाराजजी ।' मूग खाऊन होताच म्हणाले, 'और ले आओ।' मी कुटीत जाऊन मूग आणले. दोन मुठी संपल्या. तिसरीही मूठ त्यांनी मागवली. सगळं खाऊन झाल्यावर म्हणाले, 'बेटे, आज भोजन अच्छा हुआ। जाओ आप भी खाना खाओ।' मी खजिल झालो. ते अधिक बोलले नाहीत. मीही न बोलता कुटीत आलो. डोळ्यांतून अश्रू वाहू लागले. मुगाचा लोटा हातात घेत रडत रडत एक एक घास तोंडात लोटत होतो. मूग खाली सांडत होते. मन खिन्न झालं. आज ही बुद्धी का झाली असावी? खूप खूप

रडलो. रोज गुंफेत झोपत असे. आज एकटा कुटीत उत्तरीय वस्त्र पांघरून भर थंडीत झोपलो. रडत होतो. मध्यरात्र उलटली. साधूबाबा जवळ केव्हा आले कळले नाही. डोईवरून हात फिरवत होते. मला झोप लागत नव्हती. मी रडतच होतो. साधूबाबा म्हणाले, 'बेटे, माँ और पिता का नाम खराब होगा ऐसा वर्तन ना करो। आप ईश्वर दर्शन के लिए बाहर पडे हो ।' मला अधिकच रडायला आले. साधूबाबा मला दंडाला धरून म्हणाले, 'आप पवनपुत्र की सेवा करो । गुरुमहाराज के उपर सब छोड दो। मै समर्थजी को जानता हूँ।' गुंफेत घेऊन जात मला साधनेला प्रवृत्त करत ते ध्यानस्थ बसले. त्यांच्यासोबत धुनीशेजारी मीही बसलो आणि आश्चर्य म्हणजे पहाटे माझ्यासोबत ते मनाचे श्लोक म्हणत होते. म्हणाले, 'गोंदवलेकरजी को मैं मिला हूँ। उन्होंने मुझे पढाया था ।' त्यावर मी प्रश्न केला, 'महाराजजी, आपकी उम्र', तेव्हा हसत सहजपणानं म्हणाले. 'होगी कोई १२७ साल की.' १९९२ साली त्यांनी देह ठेवला तेव्हा १३६ वर्षांचे होते. मला वय आणि इतर गोष्टींपेक्षा ते गोंदवलेकर–समर्थांना ओळखणारे होते. हे अधिक आवडले.

"माझिये जातीचे मज भेटो कोणी" या न्यायाने मी आनंदित झालो. भरून पावलो. पण हिमालयाची उंच शिखरं आवाज देताहेत असं वाटत होतं. खूप पल्ला गाठायचा होता. साधनेची ही मध्य स्थितीच होती. तीन महिने दोन दिवस साधूबाबांजवळ आनंदानं राहिलो. निघताना साधूबाबांनी थोडा खाऊ बांधून दिला. ओठातल्या ओठात पुटपुटले, 'जो रहने जैसा है वह जाता है... भगवान क्या करे?'

"सुरवातीच्याच पल्ल्याला मायेची गळामिठी झाली. साधूबाबा पुन्हा १५-२० कि.मी. माझ्यासाठी रस्ता दाखवत चालत आले. गंगोत्री-जम्नोत्रीकडं रवाना झालो. प्रवास सुरू झाला.

"कैलासापासून कन्याकुमारीपर्यंत आणि कामाख्यापासून कच्छपर्यंत संपूर्ण भारतभूमीच एक तीर्थस्थान आहे. येथील परमभक्त, लोकोत्तर महापुरुष यांच्या चरणधुळीने पवित्र आहे. असे असून प्रमुख तीर्थस्थानी जाऊन साधना करावीशी वाटली. 'अयोध्या, मथुरा, काशी, गया, कांची, अवन्तिका, द्वारका' या सात मोक्षकारक पुऱ्यांमधे वास्तव्य झाले. अनेक साधुसंत विद्वानांचे दर्शन झाले होते. अनेक धर्मपीठांत आणि विद्यापीठात जाणे झाले. इतिहास अभ्यासायला मिळाला. पुराणांचं वाचन घडलं. अनेक शक्तिपीठं, घाट, मंदिरं, गुरुद्वारा, तीर्थं पाहिली. काही ठिकाणी अनुकूलता लाभली, काही अनुष्ठाने केली, काही दिव्य अनुभव गाठीशी बांधले.

"नैमिषारण्यात काही दिव्य स्वप्नं पडली. दिव्य ज्योती आकाशमार्गानं जाताना पाहिली. स्वप्नात अनेक साधू दिसायचे. एका रात्री मी राहात असलेल्या खोलीत दिव्य

प्रकाशझोत रात्रभर होता. ध्यान करता आले नाही. फक्त त्या खोलीत असणाऱ्या स्पंदनांचं निरीक्षण करत होतो. रात्रभर झोप लागलीच नाही. नैमिषारण्य सोडताना कळलं की त्या खोलीत अनेक साधू आजपर्यंत उतरले होते. या खेपेला रिकामी असल्यानं ती मला देऊ केली होती. गंगानदीच्या तीरावरील उत्तरकाशीला पोचलो. चारधाम यात्रेपूर्वीचा हा विश्राम. वृक्षांचे अनंत प्रकार, वनराई विपुल. ब्रह्मकमळाची बेटं इथं आहेत. भाषा हिंदी गढवाली. भागिरथी, असी, वरणा या नद्यांच्या मध्यभागी उत्तरकाशी आहे. उत्तर काशीपासून ८२ कि.मी.वर आणि ३१४० मि. उंचीवर गंगोत्री आहे. हा प्रवास खडतर झाला. तळवे फुटले. तापाने शरीर जर्जर झाले. उलट्या दिशेनं १९ किमी गंगोत्रीच्या वर श्रीमुख नावाच्या हिमनगात गोमुखाच्या आकाराचा खडक आहे. तेथून गंगा अवतीर्ण होते. जीव मुठीत घेऊन हा प्रवास घडला. प्रत्येक वेळेला भय काळरूपानं समोर उभं राहायचं, पण सद्‌गुरुकृपेने शेवटी गोमुख खडकापर्यंत जाणं केलंच. बरोबर एक संन्यासी होते. प्रेमचैतन्य या सज्जन देखण्या सन्याशानं महाभारतातील श्लोक उच्चारला. तो आजही स्मरणात आहे.

'गंङ्गोभ्देद समासाद्य त्रिरात्रोपोषितो नरः।
वाजपेयमवाप्नोति ब्रह्मभूतो भवेत् सदा॥

"गंगा मंदिरातील गंगामूर्ती आद्य शंकराचार्यांनी स्थापन केली आहे. गंगोत्री ते गोमुख यात्रेला तीन दिवस लागले. गोमुख हे स्थान ३०४८ मीटर उंचावर आहे. अतिशय खडतर प्रवास. ही गंगाधारा व्यक्त स्वरूपात स्वच्छ, निर्मळ, नितळ सौंदर्यपूर्ण दिसते. प्रसन्न करते. चीड वृक्षांच्या वनातून प्रवास केला. रात्री या वनात मुक्काम केला. पुढे ७ कि.मी. असलेल्या गोमुखाचे दर्शन घडले. गोमुखाची शोभा अतुलनीय आहे. जीवन धन्य झाल्यासारखे वाटले. हे परमभाग्य होय! कठीण यात्रेचा थकवा क्षणात दूर होऊन जीव पावन झाला. तीन दिवस गोमुखावर राहिलो. समर्थसंप्रदायाची उपासनापद्धती आणि वारकरी हरिपाठ, शंकराचार्यकृत गंगाष्टक स्तोत्रं गायली. हा सगळा प्रवास स्वतःच्या हिमतीवरच करावा लागतो. एके ठिकाणी थोडा विश्राम मिळाला. लाल रंगाची (नाव माहीत नाही) फळं खाल्ली. शबनममध्ये शेंगदाणे-गूळ हा खाऊ होताच. तो प्रेमचैतन्य सन्याशासोबत खाल्ला. पुन्हा तंदुरुस्त. गोमुखापासून वर ९ कि.मी.वरती तपोवन आहे. येथून ६५४० मीटर उंचीवर असलेल्या शिवलिंगाचं थरारक दर्शन होतं. 'भोजबसा' इथं लाल बाबांच्या आश्रमात आश्रय मिळाला. तिथं दोन दिवस राहिलो. ६५०० मिटरहून उंच अशा हिमालयाचं दर्शन होताना शतवेळा नमन केलं. हिमालयातील ८० टक्के प्रवास पायीच केला.

"हिमालयात प्रवास करताना शंकराचार्यकृत अनेक स्तोत्रं अतिशय गेय,

तालस्वरात म्हणणारे लोक आढळले. आद्य गुरुंचे स्मरण अधिक झाले. अनेक मंदिरांची निर्मिती, मूर्ती-स्थापना आद्य गुरुंनी केल्या आहेत. हिमालयाच्या उंच प्रदेशात कस्तुरी मृग आणि तपकिरी अस्वले आढळली. देवप्रयाग या ठिकाणी अलकनंदा व भागीरती यांचा संगम होतो. दोघींचा मिळून एक प्रवाह पुढे वाहतो. तीच गंगा! हृषीकेशपासून सुरुवात करून यमनोत्री नंतर गंगोत्री, केदारनाथ, बद्रीनाथ या क्रमाने यात्रा पूर्ण केली.

गौरीशंकर शिखरावर ईश्वरी अस्तित्वाचा आणि निसर्गाचा सर्वोच्च आविष्कार मी पाहिला. शिखर परिसरात देवदार वृक्षाच्या फळांच्या कुटीवरून 'सर्वदानंद' नावाच्या वयोवृद्ध संन्याशाच्या आश्रयाला राहून हिमनगरीत ४० दिवसांचे दिव्य तप केले. 'बर्फानी बाबा' आणि 'गोदावरी गिरी' या महान तपस्वी साधूंचे दर्शन माझ्या अनुष्ठानात प्रत्यक्ष झाले. ते येणार असल्याचे दिव्य स्वप्न चार दिवस अगोदर मी सतत पाहत होतो. ते खरेच ठरले. दिव्य तपाचे तेज आणि ज्येष्ठ, निःस्पृह, साक्षात्कारी महात्मा म्हणजे 'गोदावरी गिरी'! 'पातंजल योग आणि नाथ संप्रदायाचे ज्ञानदर्शन त्यांच्यामुळे मी तेरा दिवस करू शकलो. त्यांची साधना मी जवळून पाहिली. शिवउपासक असलेले गोदावरी गिरी यांनी मला काही पातंजल योग सूत्रांची शिकवण दिली. पारमार्थिक प्रगतीनं माणसाला अन्नावाचून नुसत्या चिरंतन प्रकाशावर जगता येतं हे सूत्र त्यांनी मला समजावले. मंत्रशक्तीबद्दल त्यांनी मला ज्ञानात्मक भूमिका समजावून दिली.

"त्यांचा मुक्काम तेरा दिवसांचा होता. चौदाव्या दिवशी गोदावरी गिरी येथून निघणार होते. मी सकाळी लवकर उठलो. केवळ या महात्म्याच्या संगतीत राहावे म्हणून सर्व नित्य नेम बाजूस ठेवला. या तपस्वी महात्म्यासमोर येऊन विनम्रपणे त्यांचे चरण स्पर्शिले. मला बघताच म्हणाले. "आओ बेटे, साधना में चंचलता नही होनी चाहिए । आपको जो पूछना है वह मै ही बता देता हूँ। आप आपके चालिस दिन का मौन मत तोडो । भगवान की क्रिपा बरसेगी ।' मी अचंबित.

मी पुन्हा एकदा नतमस्तक झालो. तेव्हा त्या महात्म्याची ध्यानात तंद्री लागली. त्यांची दृष्टी अंतर्मुख झाली. त्यांच्या डोळ्यांच्या खाचा अचेतन होऊन गेल्या. त्यांनी एक निःश्वास सोडला. हर्षोन्मादक निष्प्राण समाधीची ती पूर्वतयारी होती. काही वेळ ते प्रश्नातीत स्तरावर आंतरिक आनंदाच्या स्वर्गात जाऊन आले की काय असं वाटलं. माझं नामस्मरण चालू होतं. फक्त नजर उचलून पाहिली. माझ्या चेहऱ्यावर गंभीर औत्सुक्याच्या छटा उमटल्या होत्या. हे नंतर बर्फानी बाबांनी मला सांगितलं. आणि...

"कृपादृष्टीपूर्वक त्यांनी आपला हात पुढं केला. म्हणाले, 'मेरे जैसे साधारण

जीव को जितना समाधानी उत्तर आता है उतना आनंद देता हूँ !''

न बोलता मी नम्रपणे हात जोडून त्यांची वाणी ऐकण्यास मूक संमती दिली.

'बेटे, आप समर्थ रामदास के भक्त हो। उनकी आप पर क्रिपा बनी रहे।' माझे अष्टसात्त्विक भाव जागे झाले, अंतरीच 'जय जय रघुवीर समर्थ' असा जयघोष केला. गोदावरी गिरी बोलत होते., 'बेटे, तुम्हें यह क्यों लगा की मै सिर्फ शिवउपासक हूँ ? और तुम्हें यह क्यों लगा की मै सिर्फ शिव उपासकों को ही ज्ञान प्रदान कराता हूँ? बेटे, आप ज्ञानेश्वर को जानते हो। बडे सरकार है वो । उनकी सेवा करते हो आप को ज्ञान क्यों न दूँ। बेटे, आपको ऐसे क्यों लगा की मैं राम उपासक नही हूँ। अरे, जिस को राम न मिला हो वह कहाँ का साधू । राम तो सब कुछ है साधू का।

'राम एवं परब्रह्म, राम एवं परम तप, श्रीरामो ब्रह्मतारकम् ।'

''रामरहस्योपनिषद्‌मधील श्लोक गोदावरीगिरींनी उच्चारला.

''सात फूट दोन इंच उंची. मजबूत शरीरयष्टी -लोह पुरुषच. दिगंबरावस्था. मुद्रेवर शारीरिक, आध्यात्मिक, मानसिक आरोग्याचं तेज. डोळे काळेभोर. त्यात बुद्धीची-विवेकाची चमक.

''त्यांचा कमंडलू तीन तीन माणसांना उचलत नसे. ते बर्फावरून अनवाणी चालायचे. त्या सत्पुरुषाबद्दल काय आणि किती सांगू?

''त्यांच्या दर्शनानं मी पावन झालो. धन्योऽहम् । डोळ्यांना अश्रूंचा पूर लोटला होता. निरोपाच्यावेळी म्हणाले,

'बेटे, आपको मेरे आशीर्वाद है। खूब नाम लो, प्राणिमात्र की सेवा करो । धर्म की रक्षा करो।'

''मी आदरपूर्वक त्यांना म्हणालो, 'मला आपल्या पवित्र चरणांना स्पर्श करू द्या.' पुढे नऊ दिवस माझी साधना चालू राहिली.

''उत्तरकाशीला सहा महिन्यांचा काळ श्रवणभक्तीचा ठरला. त्यांच्या पावलांमागोमाग विचारांच्या वाटा फुटत राहिल्या अन् माझं जीवन सुंदर होताना मी पाहिलं. विचारसौंदर्याच्या ध्यासातून अनेक साधूंच्या दारी थांबणे घडले. एकाच अंगणात तून राहाणं मला मानवणारं नव्हतं. अनेक मंदिरांमागून मंदिरात जात राहिलो. नमस्कार केला. पुढचा देव आणि त्यापुढची आरती करत श्रवणयात्रा करत चालत राहिलो. शेवटी थांबणं झालं. पण ही श्रावण-प्रदक्षिणा भावपूर्ण आणि आनंददायक ठरली. विचारशील मानवाच्या जगात विचारप्रवाह कधीच खंडित होणार नाही हे उमगलं.''

◈◈

१२

“**म**ला कळतंय मी आपल्याला, अवेळी त्रास देतेय. पण...”

“हं। आपला पुढचा प्रश्न सांगताय?”

“नर्मदा-परिक्रमा अतिशय कठीण असते, असं मी ऐकलंय. खरं आहे का?”

“तसं एकूण जगणंच कठीण, पण समर्थांची सोबत असेल तर सगळंच सोपं आणि आनंददायी.” मी मनात म्हटलं, यांच्याशी संवाद साधणंच अवघड. मी सरळच प्रश्न केला. “आपण नर्मदा परिक्रमा पूर्ण केली आहे असं आपल्या शिष्यांकडून कळलं. या परिक्रमेतले आपले अनुभव सांगाल?”

“सद्‌गुरुंमुळे देहाला मनाला जाग आली होती— आहे आणि नामस्मरणामुळे पायांना गती येते. अर्थात सद्‌गुरुंची सोबत होतीच. ‘मार्कंडेय सन्यासाश्रमा’त गेलो. तिथे दोन घास मिळाले. पूर्वी धवलगिरी पर्वतात ते भेटले होते. ते पहाटे मला स्नानाला घेऊन गेले. तिथे त्यांच्या गोड आवाजात शंकराचार्यकृत नर्मदास्तोत्र ऐकले. पुढे प्रवास सुरू झाला. बिल्लोरा घाट, ज्ञानगढी आश्रम, तिथून मोरटक्का असं करत करत पिप्पलादला आलो. ते पिप्पलाद ऋषींचे तपस्थान. तिथून पुढे शूलपाणीत भिल्ल भेटले. त्यांच्यात दोन गट आहेत बरं का. एक चोराचिल्लाटांचा तर दुसरा खाऊ-पिऊ घालणारा. त्यांना ओळखण्याची खूण म्हणजे ते हातात चांदीचा तोडा घालतात.

“भिल्लांनी आम्हाला हात लावला नाही. शबनम बॅग मागितली. आम्ही दिली. देवाच्या सामानाला त्यांनी हात लावला नाही. पोथीमध्ये पैसे असावेत हा त्यांचा संशय. आम्ही पोथी दाखवली. त्यांच्याकडे पाहिलं. त्यांच्या डोळ्यांत भीती वाटेल अशी जरब होती. चेहरा क्रूर

कठोर. हातात शस्त्र. स्वत:पुरतंच बोलायचं तर ही परिक्रमा म्हणजे तप-चिंतन. आम्हांला कसली असक्ती? क्रोध, लोभ दूर ठेवला होता. मन शांत होतं. आम्हांस वाटले, आमची ही परीक्षाच आहे. त्यांना लुटारू कसे म्हणायचे? आम्हाला ते रामोपासक वाल्मिकी वाटले. ज्ञानदेवांचे हाल आठवले. मीरेचा छळ आठवला. नर्मदामाई मला सांभाळत होती.

"मी घर सोडलं होतं. नोकरीतून सुटका करून घेतली होती. ब्रह्मचर्य देवाच्या पायाशी समर्पित होतं. माझ्यातून वासनेला जळताना मी स्वत: पहात होतो. आता भय कसलं? नामस्मरण आणि मौन माझ्या कामी आलं. शेवटच्या टप्प्यात शबनम, उत्तरीय वस्त्रं, छाटी सगळं काढून घेतलं. लंगोट आणि पोथी तेवढी राखली. माझ्यासाठी आवश्यक ते त्यांनी ठेवलं होतं. आनंदाची सोबत घेऊन मी पुढं निघालो.

"नर्मदेचा किनारा दिसला. पायांचा वेग वाढला. एक शिळा बघून स्नान केलं. नित्यपाठ-गीता वाचन झालं. ध्यानाला बसलो. पूर्ण शांतता होती. ॐकार नाद दीर्घ स्वरात आला. डोळे बंद. पोथी समोरच होती. डोळे उघडले. तेव्हा दोन भिल्ल समोर उभे. एकाच्या हातात पाच रुपयांचं नाणं. ते त्यानं पोथीतून मिळाल्याचं खुणेनं सांगितलं. ते दोघं हसले. मी पण हसलो. लुटणं संपलं होतं. मी पुन्हा ध्यानस्थ झालो.

"सूर्य मध्यावर आला तेव्हा डोळे उघडले. एका माऊलीनं अर्धी भाकरी समोर ठेवली. भूक शमली. त्या भाकरीची चव काय सांगू? श्रद्धेनं दिलेली आणि श्रद्धेनं स्वीकारलेली.

"आता माझे डोळे पहात होते डोंगररांगा. विशाल, निरभ्र आकाश. महेश्वरांचं सिद्धस्थान. 'शूलपाणी'! इथं सगळं प्रसन्न. शांत. इथं नर्मदामाईंच्या सानिध्यात तिच्या कृपाछत्राखाली न्हाऊन निघत होतो. मन-शरीर साधनानंदात भिजलं होतं. कधी नेत्रावाटे पाणी लोटत होतं. आपण नेमके कुठे आहेत याचे भान विरले होते. कधी शांत बसावं वाटे, तर कधी गीतेचा बारावा अध्याय मोठमोठ्याने लयबद्धपणे म्हणत असे. ही साधनानंदाची मस्ती! रात्री ध्यानच अधिक लागायचे. भय नाही की भ्रम नाही.

"आनंदाचे डोही आनंद तरंग'

पुढे सरदार सरोवर दिसू लागलं.

माझ्या साधनेचा झुळझुळता झरा वाहत वाहत वसंतपुरामधे आला. चार दिवस तिथं विसावलो. "रामशंकर" शिवमंदिरात शिवस्तुती गायली. पुढे कुंभेश्वर. इथे मार्कंडेय ऋषींच्या तपानं कुंभातून शिव प्रगट झाले, म्हणून कुंभेश्वर. हनुमंतेश्वर या ठिकाणी हनुमंताने तप केलं. रामाने नर्मदातीरी तप केलं. रावण ब्राह्मण होता. त्याच्या हत्येचं पातक (ब्रह्महत्येचं) नष्ट करण्यासाठी तप केलं. ही रामाची भूमी

साधकाला एकांताची जागा देते. इथं नर्मदा खोल आहे. पुढे जांबुवंताने तपस्या केल्यावर त्याची पूर्ती झाली. पोईछाला इथंच हे 'पूर्तिकेश्वर' महादेव मंदिर आहे. "मार्गात-उदासी पंथ, नागा संप्रदाय, दशनामी दत्त आखाड्याचे– नाथसंप्रदाय आश्रम बरेच पाहिले. टेंबे स्वामींची तपस्यास्थानंही पुष्कळ पाहिली. अनेक आश्रमात प्रवेश मिळाला. घोटभर दूध, पोटाला रोटी मिळाली. अनेक ठिकाणी दक्षिणा दिली जात होती. पण आम्ही ती घेतली नाही. तरुण होतो. प्रभू पोटाची व्यवस्था करीत होता. दक्षिणेची गरज वाटली नाही. एकदा फ्लू झाला. एका साधूने (ओंकारगिरींनी) इलाज केला.एकदा टॉयफाईड झाला. तरी अंकलेश्वर येथील गोंदवलेकर महाराजांच्या भक्ताने डॉक्टरकडे नेऊन इलाज केला. डॉक्टर विश्रांती घ्यायला सांगत, पण विश्रांती कुठली?

विश्रांती देही अणुमात्र नाही
कुळाभिमाने पडलो प्रवाही
स्वहित माझे होता दिसेना
तुजवीण रामा मज कंठवे ना ।।

"भयाण अशक्तपणा. रडूच येत होतं. ओक्साबोक्शी म्हणतात तसा रडत बसलो. अंगात शक्ती नाही. हातापायांची हाडं गोळा करून उठलो. रामनाम वैखरीतून उमटत होते. समर्थांना प्रार्थना केली, 'तुम्हीच सर्वस्व आहात. काहीही करा. हा देह जसा वापरायचाय तसा वापरा. देह पडला काय, राहिला काय? आपली मर्जी. मागणं काही नाही! काहीतरी मागणं म्हणजे तुम्हाला काही कळत नाही, असं मानणं. ते कसं शक्य आहे? चोवीस तास आपण माझ्याबरोबर आहात ना? हसतही होतो आणि रडतही होतो. यालाच वेडा म्हणतात ना?'

"मार्ग चालत होतो. चतुर्मास सुरू झाला. अर्धवट उजेडात स्नान व्हायचं. एकांतात बसून राहात होतो. चिंतन चालू राहायचे. रात्री २।। तास झोप व्हायची. दोन महिने अनेक अद्भुत आध्यात्मिक अनुभव मिळाले. समर्थांचा आशीर्वाद लाभला. 'ये हृदयीचे ते हृदयी घालणे' या वाक्याचा शब्दार्थापुढला अर्थ उमजला. तो अनुभव कसा सांगणार? तुम्हीच चांदणं झाला; हे शब्दात कसं सांगणार? रोज गायत्रीमंत्र एक हजार व्हायचा.

"दुसरा महिना संपत असताना आद्य शंकराचार्यांची तसबीर एका वृद्ध संन्याशाने भेट दिली. गायत्री मंत्रजप ६०,००० च्या वर गेला. गायत्री पुरश्चरणाचा आनंद मिळाला. मी आपला वेडाच होतो. काय चाललंय कळत नव्हतं, पण भाग्य एवढंच, स्वामींघरच्या श्वानाला लोक पाहात होते. वर्णन करत होते. कोणी श्रद्धेनं नमस्कार करतानाही दिसले. मला कोणी "हरामखोर" म्हटल्याचंही स्मरतं–

'स्वत:ला झाकून ठेवतोय. हरामखोर आहे.'

"तब्येतीचं काय व्हायचं ते होत होतं. चतुर्मास चालू होता. प्रारब्ध भोगण्यासाठी तरी शरीर हवंच ना? हवेत तरंगत असल्यासारखी शरीराची हलकी अवस्था.

"मंडलेश्वरलाच मंडनमिश्रांचं घर होतं. सरस्वती, भैरव मंदिरं आहेत. प.पू. शिपलागिरींनी आपल्या कुटीत मला बोलवलं. मी प्रवेश केला. नमस्कार केला. खाली बसू लागलो. त्यांनी खुर्ची दिली. दंडाला धरत म्हणाले, "स्वामी महाराज, वर बसायचं. आपला अधिकार वर बसायचा आहे. सद्गुरुंनी आपला हात धरलाय. खाली नाही बसायचं. खाली बसण्यात त्यांचा अपमान आहे. बसा आरामशीर!"

शिपलाजींचे बोल आणि त्यांनी पांघरलेली शाल साधनेत अंगावर घेतो. जे मिळतंय ते अमोल आहे. अनेक महात्म्यांनी माझ्यावर लहानपणपासून प्रेम केलं, वरदहस्त ठेवलाय."

"अलीकडे कुणी महाराज विशेषत्वाने जोडले गेले आहेत?"

"अलीकडे ज्ञानऋषी परमपूज्य श्री चंद्रशेखर महाराज देगलूरकर. ते मला म्हणाले, 'तुमचे माझे संबंध शेवटपर्यंत राहणार.' यात दीर्घकालचे स्नेहबंध सूचित केले होते."

"नर्मदा परिक्रमेत साळुंक्या, खारी, रंगीत पक्ष्यांचे थवे, उनाड, भांडकुदळ दमबाजी करणारी माकडांची टोळी, वानरं, अस्वल असे कित्येक पक्षी आणि प्राणी अगदी जवळून पाहिले. संत महात्मे, महंत भेटले. त्यांचे शिष्य पाहिले. त्यांच्या लहरी सांभाळणं मुष्किल"

"काही मनस्तापदायक पण अनुभव आले असतील?"

"मला त्यावर बोलणं फारसं पसंत नाही. थोडक्यात सांगतो. एका प्रवासात एका आश्रमामधे काही तरुण मुलं काम करताना पाहिली. स्वत:ला महंत म्हणवून घेणारे त्यांना राबवत होते. शिव्या घालत होते. तांत्रिक प्रयोग करून त्यांना बंदी करून ठेवलं होतं. कोवळी मुलं. बिचारी घर सोडून आलेली. गुरुच्या शोधात प्रभूंच दर्शन व्हावं म्हणून इथं आली. आणि अडकून पडली. मला ते सहन होईना. मी कुणालाही कळणार नाही अशा पद्धतीनं चार मुलांची त्या आश्रमातून सुटका केली.

"अहो, खरे साधू फार थोडे. पैसा, व्यसनं यांच्यात गुरफटलेले, भरकटलेले अनेक. चंदा गोळा करायचा. थोडं अन्नदान करायचं. बाकीचे पैसे खिशात टाकून चैन करणारेच अधिक.

"काही संन्याशी, आश्रमात रहा असा आग्रह करायचे. त्यांच्या अटी, नियम, जगावेगळे हट्ट अशा बंधनात कोण राहणार? काही सन्यांसी तर भयकंर कर्मकांडी. हा नस्ता ताप कशाला ओढवून घ्या? मी आपला गावात गरीब शेतकऱ्यांकडे राहायचा."

"नेमावरला लोकनाथ तीर्थजी स्वामींच्या एक शिष्याच्या आश्रमात वेळ फार चांगला गेला. नेमावरला अनेक साधूंचा परिचय झाला. साधनेच्या आनंदात दिव्य अनुभव आले. नर्मदामाईच्या पात्रात महिम्न आणि नर्मदा स्तोत्राचा आनंद लुटला. अनेकदा वाटलं, इथंच राहावं. याला जागेची आसक्ती म्हणतात. माझ्यासारख्या साधकाला हा मोह योग्य नव्हे. मी पुढे निघालो."

"आपण मघाशी श्री चंद्रशेखरजी देगलूरकर महाराज यांचा उल्लेख 'ज्ञानऋषी' असा केला. त्यांच्याविषयी थोडं सांगाल?"

"बरचं सांगण्यासारखं आहे. त्यांचा माझा प्रत्यक्ष परिचय श्रीमद्भागवत पुराणकथेमुळे झाला तो पुण्यात. विवेक चूडामणी आणि उपनिषदांतले संदर्भ घेत, संतवाणीचे दाखले देत त्यांनी कृष्णकथेचं सुंदर निरूपण केलं. त्यांची ओघवती वाणी आणि स्पष्टवक्तेपणा यांतून त्यांची ज्ञानोपासना आणि चिंतन लक्षात आलं. ते शीलवान, विरक्त आणि निर्मळ आचार्य वाटले.

"श्रद्धेय चंद्रशेखरजी ही एक व्यक्ती म्हणून मला ज्ञात आहेत त्याहीपेक्षा एका संप्रदायाचे प्रवर्तक आणि विशुद्ध कुलपरंपरेचे पाईक म्हणून विशेषत्वाने जाणवले. एक थोर तत्त्वचिंतक."

शेवटच्या वाक्याला ते उठलेच. 'अरे चक्रधर, आपली गाडी काढ बरं' ही सूचना त्यांच्या शिष्याला होतीच, मलाही तो उठण्याचा इशारा होता. गाडी दरवाजाशी येऊन उभी राहिली. सद्गुरु झरझर चालत तिकडं पोचलेदेखील. मी धावत जाऊन त्यांना गाठलं.

"माझा एकच प्रश्न राहिलाय. जन्म-मृत्यू आणि पुनर्जन्म." त्यांनी मला घड्याळ दाखवलं. म्हणाले, "मला पहाटे ३॥ ला इथून निघायचं आहे तेव्हा—

"मग माझा प्रश्न...?"

"उत्तर देऊ ना!" गाडीत चढत ते म्हणाले.

"कुठे? केव्हा?"

"आणि २६ वर्षांनी!" ते हसले. गाडी सुरू झाली. २६ वर्षांपूर्वी एका साधूला मी पाहिलं. उत्सुकतेपोटी चर्चा केली. मग शोधयात्रा सुरू झाली. मधल्या काळात ठाव-ठिकाणा कळलाच नाही. पूर्ण २६ वर्षांनी गुरुपौर्णिमेला इथं भेटले ती 'साधुमहाराजांना'! एक विकसित व्यक्तिमत्त्व पाहिलं. सद्गुरु भेटल्याचं समाधान झालं. प्रश्नोत्तरं झाली आणि आता ते म्हणाले...? '२६ वर्षं.' किती अशक्य आहे हे! मी आत्ताच ऐंशीव्या वर्षांत पाऊल टाकलंय. 'आणखी २६ वर्षांनी?' मी स्वत:शीच हसले. गाडी नजरेआड चालली होती. मी हात जोडले. पुटपुटले, "नक्कीच भेटू!"

परिशिष्ट १
साहित्य व इतर परिचय

साहित्यातले नाव	:	**गिरिजा कीर**
जन्मतारीख	:	५ फेब्रुवारी १९३३
नाव	:	सौ. गिरिजा उमाकांत कीर
पत्ता	:	५, झपूर्झा, साहित्य सहवास, वांद्रे (पूर्व),
		मुंबई ४०००५१.
		संपर्क-०२२-२६५९०८८२

इतर तपशील

१. एकूण पुस्तके १०५.

२. वणी (विदर्भ) येथील पहिल्या लेखिका संमेलनाच्या उद्घाटक.

३. स्त्री-किर्लोस्करतर्फे 'भाजे' येथे भरलेल्या लेखिका मेळाव्यात बालवाङ्मयावर बीजभाषण.

४. मराठी साहित्य परिषद, ठाणेतर्फे भरलेल्या जिल्हा साहित्य संमेलनाच्या अध्यक्षा (१९९२).

५. चंद्रपूर (१९७९), अमरावती (१९८८), महाबळेश्वर (२००९) येथे झालेल्या अखिल भारतीय मराठी साहित्य संमेलनात कथाकथन सत्राच्या अध्यक्षा.

६. कोकण मराठी साहित्य परिषदेच्या पहिल्या लेखिका संमेलनात कथाकथन सत्राच्या अध्यक्षा– २००६ (आवास-अलिबाग)

७. सावंतवाडी, कोल्हापूर व सेलू (जि. परभणी) येथे भरलेल्या बालकुमार साहित्य संमेलनात कथाकथन सत्राच्या अध्यक्षा.

८. मास्ती व्यंकटेश अय्यंगार जन्मशताब्दीनिमित्त भरलेल्या भाषा-भगिनी संमेलनात 'मराठी कथा' या विषयावर निबंधवाचन.

९. भारतीय विद्या भवना'त भरलेल्या भाषा-भगिनी संमेलनातील चर्चासत्रात मराठीचे प्रतिनिधित्व.

१०. कथाकथनाचे भारतभर व परदेशात मिळून २००० च्या वर प्रयोग.

११. दारूबंदी विभागातर्फे कामगारवस्तीतून व कामगार स्त्रियांच्या संस्थांतून त्यांच्याशी तीन वर्षे संवाद आणि त्यांच्यासाठी कथाकथन.

१२. उन्मार्गी स्त्रिया व मुलांच्या निरीक्षणातून 'राखेतली पाखरं' या पुस्तकाचे लेखन.

१३. अमरावतीचे शिवाजीराव पटवर्धन यांच्या कुष्ठरोगी आश्रमात (तपोवन) तीन वर्षे जाऊन कुष्ठरोग्यांशी संवाद व कथाकथन.

सव्वीस वर्षांनंतर / ९१

१४. १९८३ ते १९९१ या काळात केंद्र सरकारची अधिछात्रवृत्ती. त्या संदर्भात आदिवासी, कामगार आणि कनिष्ठ मध्यमवर्गीय स्त्रिया व मुले यांच्या जीवनाचा अभ्यास, त्यावर लेखन ('इथं दिवा लावायला हवा').

१५. कोसबाडला जाऊन आदिवासी स्त्रिया व मुले यांच्या मुलाखती.

१६. दूरदर्शन व आकाशवाणीच्या अनेक कार्यक्रमांत सहभाग.

१७. नेरळ (कोतवालवाडी) येथे आदिवासी मुलांचे पालकत्व स्वीकारून, त्यांचे शिक्षण व सांस्कृतिक जीवन यावर कार्य (१९९१ ते २००७).

१८. १९९९ पासून २०१० पर्यंत जन्मठेपेच्या गुन्हेगारांवर संशोधनात्मक लेखन आणि हृदयपरिवर्तनाचे कार्य (येरवडा जेल- पुणे, आधारवाडी जेल- कल्याण, कळंबा जेल-कोल्हापूर व आग्वाद जेल- गोवा). त्यासंबंधीचे पुस्तक 'जन्मठेप' २०१० मध्ये प्रकाशित झाले.

सन्मान व पुरस्कार :

१. 'अनिकेत' कादंबरीला साहित्य परिषदेचा कै. ह. ना. आपटे उत्कृष्ट कादंबरी पुरस्कार– १९८०.

२. न्यूयॉर्कच्या महाराष्ट्र मंडळातर्फे कथाकथनाच्या कार्याबद्दल व कथांबद्दल विशेष मानपत्र ('कथासम्राज्ञी') प्रदान – १९९३ (कार्यक्रम १५००वा)

३. 'आत्मभान' कादंबरीला 'शीतल कुलकर्णी' उत्कृष्ट साहित्य पारितोषिक– १९९४.

४. बालकुमार साहित्य संमेलनाचे उत्कृष्ट कथांचे पारितोषिक - १९९४ ('एका आईचा सलाम व इतर कथा')

५. डॉ. पतंगराव कदम फाउंडेशन साहित्य पुरस्कार - १९९६

६. पुणे मराठी ग्रंथालयातर्फे कमलाबाई टिळक पुरस्कार - १९९७

७. महाराष्ट्र राज्य साहित्य विशेष पुरस्कार - १९९७ ('इथं दिवा लावायला हवा')

८. मराठी वाङ्मय परिषद, बडोदे, अभिरुची पुरस्कार-मार्च १९९८ (इथं दिवा...)

९. श्री अक्षरधन स्त्री साहित्यिक पुरस्कार - मे १९९८.

१०. कुलस्वामिनी गौरव पुरस्कार (समाजकार्यासाठी) – जानेवारी २०००.

११. मुंबई महानगरपालिकेतर्फे सत्कार - ८ मार्च २०००.

१२. मीरा-भाईंदर नगर परिषदेतर्फे सत्कार - मार्च २०००

१३. ठाणे नगर वाचन मंदिरातर्फे मानपत्र - १२ एप्रिल २०००.

१४. श्री. वा. फाटक ग्रंथसंग्रहालय, विलेपार्ले (लोकमान्य सेवा संघ)यांच्यातर्फे सत्कार - फेब्रुवारी २००१

१५. म. सा. प. अंबरनाथ शाखा यांचेतर्फे मानपत्र - नोव्हेंबर २००१
१६. कोकण मराठी साहित्य परिषदेचा विशेष पुरस्कार (कथासंग्रह 'दार उघड बया, दार उघड') - २००२.
१७. कोकण मराठी साहित्य परिषदेचा चरित्र - आत्मचरित्रासाठी प्रथम पुरस्कार ('माझ्या आयुष्याची गोष्ट') - फेब्रुवारी २००३.
१८. कालिका प्रकाशन संस्था, गोवा, आत्मचरित्रासाठी प्रथम पुरस्कार ('माझ्या आयुष्याची गोष्ट') - फेब्रुवारी २००३.
१९. साने गुरुजी वाचनालय, परभणी, राज्यस्तरीय प्रथम पुरस्कार ('माझ्या आयुष्याची गोष्ट') आत्मचरित्र - २००३.
२०. चरित्र-आत्मचरित्र, ना. ह. आपटे स्मृति पुरस्कार (कोरेगाव) 'माझ्या आयुष्याची गोष्ट' २००६.
२१. सारस्वत प्रकाशन संस्था, साहित्यातील कामगिरीबद्दल व समाजसेवेबद्दल पुरस्कार १ मे २००३.
२२. नवोदितांच्या राज्यस्तरीय मराठी साहित्य संमेलनाच्या अध्यक्षा (जळगाव) - २९-३० नोव्हेंबर २००३.
२३. रौप्यमहोत्सवी गोमन्तक मराठी साहित्य संमेलनात कथाकथन सत्राच्या अध्यक्षा- २५ जानेवारी २००४.
२४. ज्ञानदीप सेवारत्न पुरस्कार, जळगाव- २९.२.२००४
२५. बालकुमार साहित्य संमेलनाचा नाटिकांसाठी प्रथम पुरस्कार, 'नाटकंच नाटकं' – २००४
२६. महाराष्ट्र राज्य साहित्य पुरस्कार, बालवाङ्मय 'नाटकंच नाटकं' - २००४.
२७. वारणेचा वाघ राज्यस्तरीय प्रथम पुरस्कार, कथासंग्रह, 'सृजनस्पर्श' - २००५
२८. अखिल भारतीय मराठी बालकुमार साहित्य संमेलनाचे अध्यक्षपद - जानेवारी २००५
२९. 'वसुंधरा आई' पुरस्कार, पुणे, ८ मार्च २००५, समाजकार्यासाठी
३०. कल्याण जेलतर्फे 'माई' सन्मान, ८ मार्च २००६, समाजकार्यासाठी
३१. श्री शारदा ग्रंथ प्रसारक संस्था, फोंडा, गोवा, चौथ्या लेखिका संमेलनाच्या अध्यक्षा - १५-११-२००६
३२. विद्या मॅनेजमेन्ट ॲण्ड करिअर डेव्हलपमेन्ट इन्स्टिट्यूटतर्फे 'विद्यारत्न' पुरस्कार, २००६.
३३. 'नक्षत्रवेल' या कथासंग्रहाला 'आनंद' पुरस्कार (चिपळूण) - २००७
३४. 'दिवा' दिवाळी वार्षिक संस्थेतर्फे वाचक स्पर्धेतून दिलेला उत्कृष्ट लेखिका

पुरस्कार - २००७.

३५. स्व. सौ. कांताबाई भवरलाल जैन यांच्या स्मरणार्थ प्रदीर्घ साहित्यसेवा व समाजसेवा याबद्दल पुरस्कार, - २००७.

३६. कै. शशिकलाताई आगाशे राज्यस्तरीय बालवाङ्मय पुरस्कार - २००७.

३७. कै. उषाताई मोहाडीकर स्मृती 'समाजभूषण' पुरस्कार जुलै - २००९.

३८-३९. महाराष्ट्र राज्य वाङ्मय पुरस्कार (२) -२००९-२०१०

४०. 'कर्मवीर पुरस्कार - २०१०' समाजकार्यासाठी - १५ मार्च २०१०.

४१. संजीवनी मराठे, साहित्यसखी ग्रंथश्रेष्ठता पुरस्कार, पुणे - २३ एप्रिल २०१०.

४२. इंदिराजी वीरांगना अ.भा. महिला साहित्य संमेलन, अध्यक्ष, पुणे - ३१ ऑक्टोबर २०१०.

४३. सानेगुरुजी कथामाला अ. भा. अधिवेशन ४५ वे, बालकांच्या सत्राच्या अध्यक्षा, गडहिंग्लज - १ जानेवारी २०११.

४४. श्री शिवशक्ती सामाजिक प्रतिष्ठान, मुंबई, 'साहित्यरत्न गौरव पुरस्कार' - २० फेब्रुवारी २०११

४५. मुंबई महानगरपालिका कुसुमाग्रजदिन, प्रमुख पाहुण्या, पालिकेतर्फे सत्कार - २८ फेब्रुवारी २०११.

४६. प्रकाशभाई मोहाडीकरलिखित 'मायमाऊली सानेगुरुजी' या पुस्तकाच्या १३व्या आवृत्तीचे गिरिजा कीर यांच्या हस्ते प्रकाशन, मन:शक्ती केंद्र, लोणावळा - ३ मे २०११.

४७. 'सारस्वत प्रकाशन'तर्फे साहित्यातील योगदान व समाजकार्यासाठी सन्मान - २०११.

४८. श्री संत कल्याणसेवक महाराज, संकेश्वर, जिल्हा बेळगाव– यांच्या जन्मशताब्दीनिमित्त साहित्यातील योगदानाबद्दल व समाजकार्यासाठी पुरस्कार - २०१२

४९. कोकण मराठी साहित्य परिषद, रत्नागिरी – 'गोष्ट सांगतेय ऐका' या कथासंग्रहाला पुरस्कार - २०१२

५०. ग्रंथोत्तेजक संस्था, पुणे, 'जन्मठेप' या पुस्तकाला पुरस्कार- २०१३

५१. श्री. दलुभाऊ जैन अखिल भारतीय मराठी 'साहित्यभूषण' पुरस्कार - ऑगस्ट २०१४ (आगामी)

संपादित मासिके-वार्षिके :

१. 'टुण् टुण् नगरी' या मुलांच्या अंकाचे एकहाती लेखन-संपादन - १९६५.

२. 'अनुराधा' या मासिकाचे दहा वर्षे संपादन-सहायक संपादिका - १९६८

ते १९७८

३. 'रंगत' या मासिकाचे काही काळ संपादन

४. 'सारस्वत चैतन्य' या दिवाळी अंकाचे संपादन - १९८८.

५. 'गंधाली' दिवाळी अंकाचे संपादन - १९९२

अन्य भाषांत गेलेले साहित्य :

१. 'भारतीय निवडक कथा' या उर्दू अकादमीने प्रसिद्ध केलेल्या संग्रहात 'ट्रे' या कथेचा समावेश.

२. कानडी, तेलुगू, गुजराती या भाषांतून काही कथांची भाषांतरे.

३. 'श्रेष्ठ बाल कहानियाँ' या भारतीय भाषांतील निवडक बालकथांत 'कुडुअम्मा बुडुस्वामी व फटुडी' या कथेचा समावेश.

४. इंडियन एक्स्प्रेसच्या 'कॅलिडोसस्कोप'मध्ये त्या महिन्याची उत्तम कथा 'त्या दोघी आणि एक स्वप्नभूल' (इंग्रजी).

५. 'फेमिना'मध्ये 'आभाळमाया' कादंबरी साररूपात (इंग्रजी)

६. 'नवनीत'मध्ये 'अनिकेत' कादंबरी साररूपात (हिंदी)

७. उडिया भाषेत 'मनबोली' या कथासंग्रहाचे भाषांतर, पुस्तकरूपात प्रसिद्ध झाले. ('मनकथा') - फेब्रुवारी २००२

अन्य प्रसिद्धी

१. 'गिरिजायन' (गिरिजा कीर - व्यक्ती आणि वाङ्मय), समीक्षा ग्रंथ, फेब्रुवारी २००३, चांदणवेल प्रकाशन, अंबरनाथ.

२. आकाशवाणीवर 'आत्मभान' व 'अनिकेत' या स्वत:च्या कादंबऱ्यांचे क्रमश: वाचन व श्री. ज. जोशीलिखित 'आनंदी गोपाळ' कादंबरीचे क्रमश: वाचन.

३. पंतप्रधान इंदिरा गांधी यांनी राष्ट्राला उद्देशून केलेल्या भाषणाचे मुंबई आकाशवाणीवर मराठी वाचन.

४. 'डिस्कव्हरी ऑफ इंडिया' या पंडित नेहरूंच्या पुस्तकाचे आकाशवाणीवर मराठीत रूपकात्मक सादरीकरण.

५. 'सखी-सहचरी' ही टेलिफिल्म प्रसारित.

६. 'आवर्त' ही दूरदर्शन मालिका प्रसारित, (१९९७)

७. दूरदर्शनवर 'आयुष्यात कधी कधी---' मालिका प्रसारित (२००४)

८. अ) 'सह्याद्री' वाहिनीवर दीर्घ मुलाखत.
ब) 'ई' वाहिनीवर दीर्घ मुलाखत
क) मुलांनी घेतलेली बालविभागासाठीची मुलाखत - (सह्याद्री वाहिनी)

९. 'रुद्रवाणी' पाक्षिकाचा गिरिजा कीर विशेषांक (२००३)

१०. ‘शामशब्द’ वार्षिकाचा गिरिजा कीर विशेषांक (२००४)
११. ‘झी’ वाहिनीवर दीर्घ मुलाखत (डिसेंबर २००६)
१२. कोकण मराठी साहित्य परिषदेच्या चौथ्या मुंबई जिल्हा साहित्य संमेलनाच्या अध्यक्षा (१० फेबुवारी २००७)
१३. ‘गिरिजा कीर- व्यक्ती आणि वाङ्मय’ या विषयात प्रा. एकनाथ आळवेकर यांना पीएच.डी. (सध्या तीन प्राध्यापिका ‘गिरिजा कीर यांच्या कथा’ यावर पीएच्.डी. करत आहेत.)
१४. ‘नयन करंडे स्मारक’च्या रौप्यमहोत्सवी संमेलनाच्या अध्यक्षा- १८ फेब्रुवारी २००७.
१५. वृत्तपत्रलेखक संघ - कुसुमाग्रजदिन- प्रमुख अतिथी - २७ फेब्रुवारी २००७
१६. ‘माझ्या आयुष्याची गोष्ट’ या आत्मचरित्राचे आकाशवाणीतर्फे वाचन.
१७. ‘सारस्वत प्रकाशन’तर्फे १०० व्या पुस्तकानिमित्त सत्कार - २४ एप्रिल २०१०
१८. १०१ व्या पुस्तकाचा (‘जन्मठेप’) प्रकाशन समारंभ- दादर, मुंबई - आयोजक सारस्वत बँक.
१९. दूरदर्शनवर ‘आत्मभान’ मालिका प्रसारित जुलै २०१३ पासून
२०. आकाशवाणीवर नाटक (‘आता मात्र गुपचप’) प्रसारित; एकांकिका प्रसारित- ‘काय तुझ्या मनात, सांग माझ्या कानात.’

परिशिष्ट २
ग्रंथसंपदा

एकूण पुस्तके - १०५

त्यात बालवाङ्मयाची - ३१

दिलीपराजने प्रकाशित केलेली २०१४ मधील पुस्तके-

१) सगळं काही तिच्याबद्दल - कथासंग्रह

२) २६ वर्षांनंतर - कादंबरी

बालवाङ्मय

१) शहाणुल्या गोष्टी

२) समग्र- गिरिजा कीर

(कथा, दीर्घकथा, नाटुकली, चरित्रे व भाषांतर - चिनी व जपानी लोककथा यांचा समावेश)